दलाई लामा . .

विश्व करुणेचा स्वर

संकलन व अनुवाद

डॉ. सुरुची पांडे

डायमंड पब्लिकेशन्स

दलाई लामा : विश्व करुणेचा स्वर
संकलन व अनुवाद : डॉ. सुरुची पांडे

Dalai Lama
Edited & Translated by : Dr Suruchi Pande

प्रथम आवृत्ती : जानेवारी २०११

ISBN 978-81-8483-354-6

© डॉ. सुरुची पांडे

अक्षरजुळणी
अक्षरवेल, पुणे

मुखपृष्ठ
शाम भालेकर

छायाचित्रे
© डॉ. रुवेन योसेफ, डॉ. योसी लेशेम, डॉ. डेनीज ग्लोव्हर, श्री. राजीव मेहरोत्रा, डॉ. सतीश पांडे

मुद्रक
Repro India Ltd, Mumbai.

प्रकाशक
डायमंड पब्लिकेशन्स
१२५५ सदाशिव पेठ, लेले संकुल
पहिला मजला, निंबाळकर तालमीसमोर
पुणे ४११ ०३०. ☎ ०२० - २४४५२३८७

diamondpublications@vsnl.net
www.diamondbookspune.com

प्रमुख वितरक
डायमंड बुक डेपो
६६१ नारायण पेठ, अप्पा बळवंत चौक
पुणे ४११ ०३०. ☎ ०२० - २४४८०६७७

मूल्य : ₹ ११५.००

निखळ ज्ञानाच्या वाटांवरून जाण्यासाठी
प्रोत्साहन देणारी, साहाय्य करणारी
कितीतरी माणसं भेटतात;
अशा माणसांना भगवान गौतम बुद्धांनी
'कल्याणमित्र' म्हटलं आहे...

माझे यजमान डॉ. सतीश पांडे; आणि
स्वामी सुविज्ञेयानंद (रामकृष्ण मठ, पुणे)
स्वामी आत्मेश्वरानंद (रामकृष्ण मठ व मिशन, बेलूर),
प्रव्राजिका सुनिर्मलप्राणा (श्री सारदा मठ, पुणे)
हे काहीजण माझ्यासाठी अशा कल्याणमित्रांपैकी !
..... त्यांनाच सस्नेह अर्पण.

अनुक्रमणिका

○ मनोगत

मनोगत

परमपावन दलाई लामा यांना ६ जुलै २०१० रोजी पंच्याहत्तर वर्षं पूर्ण झाली. त्यानिमित्त दलाई लामांबद्दल एखादे नवीन पुस्तक करावे असा विचार करत होते. यापूर्वी त्यांनी लिहिलेल्या 'माय लँड अँड माय पीपल' या स्मृतिकथनाचा मराठी अनुवाद मी केला होता आणि अल्पावधीत त्याची द्वितीय आवृत्तीही प्रकाशित झाली. मराठी वाचकांना दलाई लामांबद्दल आदर आहे आणि उत्सुकताही आहे.

दलाई लामांच्या संपर्कात आलेल्या काही देशी-विदेशी मान्यवरांचे लेख या पुस्तकात संकलित करण्यात आले आहेत. डॉ. धैर्यशील शिरोळे आणि डॉ. सतीश पांडे यांचे लेख मराठीत होते तर अन्य जणांचे इंग्रजीत होते. इंग्रजीत असलेले लेख मी मराठीत अनुवादित केले. काही इंग्रजी लेख पूर्वप्रकाशित होते. ते पुन्हा घेण्याची अनुमती दिल्याबद्दल मी 'फाउंडेशन फॉर युनिव्हर्सल रिस्पॉन्सिबिलीटी ऑफ हिज होलीनेस द दलाई लामा' (दिल्ली) या संस्थेची तसेच धरमशाला (भारत) येथील तिबेट सरकारच्या 'माहिती व आंतरराष्ट्रीय संबंध' या विभागाची ऋणी आहे. तसेच डॉ. धैर्यशील शिरोळे (पुणे) यांनीही आपला पूर्वप्रकाशित लेख या पुस्तकात समाविष्ट करण्यास संमती दिली, याबद्दल मी त्यांचे आभार मानते.

या दोन्ही लेखकांसह श्री. तेनझिन गेशे टेठाँग, श्री. राजीव मेहरोत्रा, श्री. यू. आर्. अनंतमूर्ती, श्री. दलीप मेहता, डॉ. योसी लेशेम आणि डॉ. डेनीज एम्. ग्लोव्हर अशा तिबेट, भारत, इस्त्रायल आणि कॅनडा देशातील सर्व लेखकांचे मी आभार मानते. दलाई लामांबद्दलच्या अपार प्रेमामुळे या सर्वांनी विनाविलंब आपले लेख दिले. डॉ. द. दि. पुंडे सरांनी हस्तलिखित वाचून काही महत्त्वाच्या सूचना केल्या; त्याबद्दल त्यांनाही मन:पूर्वक धन्यवाद.

विश्व करुणेचा हा स्वर कुठल्याही संवेदनशील माणसाला भावेल, असा विश्वास वाटतो.

- डॉ. सुरुची पांडे

विभाग १

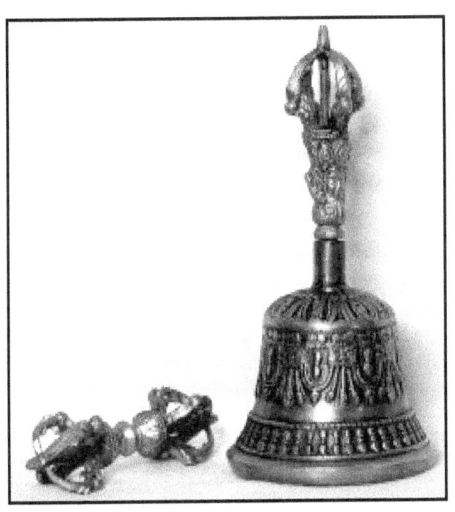

परमपावन दलाई लामा : तिबेटची प्रतिमा

डॉ. सुरुची पांडे

'दलाई लामा' म्हणजे तिबेटची प्रतिमा. अतिशय सौम्य व्यक्तिमत्त्वाचे दलाई लामा आपल्या व्यक्तित्वातल्या जिव्हाळ्यानं आणि प्रखर - तीव्र बुद्धिमत्तेनं बघता बघता समोरच्याला आपलंसं करतात. २००५ मध्ये सारनाथला झालेल्या परिषदेत मी त्यांना पहिल्यांदा प्रत्यक्ष पाहिलं. त्यांची स्वत:ची आणि त्यांच्यावर इतरांनी लिहिलेली काही पुस्तकं आधी वाचली होती. त्यांतून त्यांचं मोठेपण जाणवलं होतं; पण गंमत यात आहे की, दलाई लामांना प्रत्यक्ष भेटल्यावर त्यांच्या मोठेपणाचं आपल्यावर दडपण येत नाही, तर त्यांच्यातल्या 'सुहृद्' पणाचा प्रसन्न ठसाच मनावर रेंगाळत राहतो. १९५९ मध्ये दलाई लामा भारताच्या आश्रयार्थ आले. इथं कुणालाही उपद्रव न पोहोचवता, गेली अनेक वर्षं ते तिबेटच्या मुक्तीसाठी चिनी दडपशाही विरुद्ध जागतिक स्तरावर जनमत जागं करण्यासाठी अविरत झटत आहेत.

तिबेटचे 'धर्मगुरू - पंतप्रधान' अशी दुहेरी जबाबदारी दलाई लामांवर असते. 'माय लँड अँड माय पीपल' हे त्यांचं पहिलं स्मृतिकथन आहे. या पुस्तकाचा मराठी अनुवाद करण्याची परवानगी मला, दलाई लामांच्या धरमशाला येथील कार्यालयाकडून मिळाली. त्या अनुवादाचं लेखन पूर्ण झालं आणि योगायोगानं पुण्यातच त्यांच्याशी भेट होण्याची सुरेख संधी मिळाली. २५ मार्च २००७ रोजी अनुवादाचं हस्तलिखित घेऊन आम्ही गेलो. माझ्याबरोबर 'मनोविकास प्रकाशन' चे श्री. अरविंद पाटकर, श्री. आशिष पाटकर आणि माझे यजमान डॉ. सतीश पांडे व मुलगी कु. निवेदिता एवढेजण होते. आधीपासून पत्रव्यवहार करून भेटीची वेळ ठरविली होतीच. कडक सुरक्षाव्यवस्थेतून आम्ही त्यांच्यापर्यंत पोहोचलो.

आदरणीय दलाई लामांच्या खोलीत प्रवेश करताच अतिशय स्वागतशील हसू असणारे खुद्द दलाई लामाच समोर आले. त्यांनी कुतूहलानं मराठी भाषेतील अनुवादाचं बाड हातात घेतलं आणि ते म्हणाले, "मला ही भाषा कळत नाही. पण या कामाला माझे सर्व आशीर्वाद आहेत. न्याय्य गोष्टींसाठी आमचा जो संघर्ष चालू आहे तो त्या त्या प्रादेशिक भाषेतच स्थानिक लोकांपर्यंत पोहोचणं गरजेचं आहे. तिबेटच्या साऱ्या जनतेचं दुःख काय आहे, हे लोकांपर्यंत पोहोचलं पाहिजे."

यानंतर त्यांनी स्वतःच्या बालपणच्या काही आठवणी, चिन्यांनी अतिक्रमण केल्यानंतर बदलत गेलेली चित्रं, निसर्गाचा ऱ्हास, निष्पाप तिबेटी लोकांची हत्या, उद्ध्वस्त तिबेट याबद्दल सांगितलं. 'एक ना एक दिवस तिबेट स्वतंत्र होईल ही आशा आम्हा सर्वांच्या मनात तेवत आहे' असं ठामपणानं सांगितलं. सभ्य जीवन जगण्यासाठी बौद्ध तत्त्वज्ञान कसं, कुठं उपयोगी पडतं; करुणेच्या तत्त्वामुळे विचारांना परिपक्वता कशी येते; मृत्यूच्या चिंतनानं आयुष्याला अर्थ कसा देता येतो अशा विविध तात्त्विक मुद्द्यांवरही त्यांनी विचार व्यक्त केले. भारतातूनच हे विचारधन आम्हाला मिळालं; नालंदा परंपरेतील तत्त्वज्ञानाचा आम्ही अभ्यास करतो. इत्यादी गोष्टी ते अतिशय आत्मीयतेने व दृढपणाने सांगत होते.

पंधरा मिनिटं एवढी भेटीची औपचारिक वेळ आम्हाला ठरवून दिली गेली होती. या पंधरा मिनिटांची पस्तीस मिनिटं कशी होऊन गेली ते लक्षातच आलं नाही! आणि मग त्यांच्या स्वीय सचिवांची पुढचं वेळापत्रक सांभाळायला धडपड होऊ लागली.

दलाई लामांचं व्यक्तिमत्त्व विलक्षण आहे. अतिशय सौजन्यशील आहे. त्यांचा बौद्ध धर्माचा चिकित्सक अभ्यास आहे. त्यांचं आयुष्य ही एक विशिष्ट पद्धतीची 'साधना' आहे. या साऱ्याबरोबर त्यांच्यात एक बालसुलभ निरागसपणा आहे. एखाद्या मुद्द्यावर ते मिस्कील बोलतात आणि खळखळून हसतात. हा अकृत्रिमपणा फार लोभस असतो. जगभरातील विविध नोबेल परितोषिक विजेते वैज्ञानिक दलाई लामांशी संवाद साधतात. दलाई लामा देखील त्यांच्याशी विचारांची देवाण-घेवाण करतात; कारण आधुनिक ज्ञानात जे जे चांगलं आहे ते स्वीकारण्याचा, समजून घेण्याचा मोकळेपणा त्यांच्यात आहे.

आदरणीय दलाई लामा यांना त्यांच्या लहानपणच्या काही आठवणींबद्दल, त्यांनी पाहिलेल्या निसर्गाबद्दल जेव्हा विचारले तेव्हा त्यांचे डोळेही मजेदारपणे हसले. ते म्हणाले, ''मी लहान असताना जेव्हा रात्री ठराविक वेळी मला झोपायला जायला सांगितलं जायचं तेव्हा कधी कधी असं व्हायचं की मला झोप आलेली नसायची. मला खेळायला हवं असायचं.'' मग माझे वरिष्ठ भिक्खू लोक मला शेवटी सांगायचे, ''बघ हं आता जर तू झोपायला गेला नाहीस तर घुबड येऊन तुला घेऊन जाईल; मग जरी तू दलाई लामा असलास तरी घुबडांना त्यामुळं काहीच फरक पडणार नाही बरं!'' ते म्हणाले, एकूण तिबेटभर बौद्ध तत्त्वज्ञानाचा मोठा प्रभाव, प्रसार असल्यानं अहिंसा या तत्त्वाला महत्त्व होते. पक्ष्यांच्या विणीच्या जागांना संरक्षण पुरवलं जायचं. बौद्ध भिक्खूंकडून या पक्ष्यांना धोका नसल्यानं पक्षी निर्धास्तपणे त्यांच्याजवळ फिरायचे. चिनी आक्रमणानंतर ही गोष्टदेखील 'सर्वभक्षक' चिन्यांनी निरखली आणि अमुक एका विशिष्ट प्रकारचे कपडे घातलेल्या व्यक्तिबद्दल पक्ष्यांना भीती वाटत नाही

हे पाहिल्यावर चिनी सैनिकांनी तसे कपडे परिधान करून जवळ बंदूक लपवून बाळगली व पोटपूजेसाठी अनेक पक्ष्यांची हत्या केली; अशा प्रकारे अनेक गोष्टींची, शहरांची, वास्तूंची, माणसांची चिन्यांकडून वाट लावली गेली.

ल्हासा शहरातील तसंच तिबेटातील अन्य विध्वंसक कृत्यांबद्दलची वर्णने आपल्याला परमपावन दलाई लामांच्या पहिल्या स्मृतिकथनात - 'माय लँड ॲण्ड माय पीपल' या पुस्तकात वाचायला मिळतात. तिबेटातील वन्य जीवन, पशु - पक्षी याबद्दल विचारले असता, ते म्हणाले की, ''माझ्या लहानपणी तर तिबेटात निसर्ग संपदा अमाप होती, सुंदर होती. निसर्गाशी तादात्म्य पावेल अशी जीवनपद्धतीही होती; पण आता काय शिल्लक राहिलं असेल आणि काय नाही, या साऱ्याबद्दलच शंका आहे. जंगलांची तोड, मानवी वस्त्यांमधली वाढ, खाणकाम, हानीकारक अशा कचऱ्याची तिबेटात होणारी साठवण, तिबेटी स्त्री - पुरुषांवरचे अत्याचार हे सारं चित्रं निराशेचं दिसतं; तरीही आम्ही आशा सोडणार नाही. स्वतंत्र तिबेटचं स्वप्न आम्ही पाहात राहणारच.''

यानंतर परमपावन दलाई लामांनी 'मृत्यू' विषयक त्यांचे विचार मांडले. करुणा या तत्त्वाच्या, तसंच बौद्ध तत्त्वज्ञानाच्या, ग्रंथांच्या अनुषंगाने काही विवेचन केले. बौद्ध तत्त्वज्ञानावर आधारित अशा त्यांच्या प्रवचनांचे संकलन असलेली तीन पुस्तके त्यांनी मला भेट दिली. ही पुस्तकं म्हणजे मला प्राप्त झालेला अनमोल ठेवा आहे, अशीच माझी भावना आहे.

त्यांची स्वत:ची आणखीही काही पुस्तकं मराठीत अनुवादित करण्याची त्यांनी स्वत:च मला परवानगी दिली. त्यांच्या कार्यालयाकडून तशी औपचारिक संमतीही मिळाली. ही मी काम करण्याची सुंदर संधी समजते; कारण कुठलंही समंजस तत्त्वज्ञान जाणून घेणं ही स्वत:च्या विचारांना, कृतींना, संपन्न करण्याचीच संधी असते!

❑

दलाई लामा पंडित नेहरूंसह

परमपावन दलाई लामा यांच्या सहवासात

श्री. तेनझिन गेशे टेठाँग

परमपावन दलाई लामा यांचे सचिव कासूर (Kasur) तेनझिन गेशे टेठाँग यांची १० मार्च, २००६ रोजी घेतली गेलेली ही मुलाखत आहे.

प्रश्न १) ही सर्व वर्षे परमपावन दलाई लामांच्या इतक्या निकट काम करताना कशी गेली?

आपण परमपावन दलाई लामा यांच्या कार्यालयात काम करू लागलात, त्याला या वर्षीच्या २३ मे रोजी ४४ वर्षे होत आहेत. हा सर्व अनुभव विलक्षण असला पाहिजे, याची मला खात्री आहे.

उत्तर : हा वैशिष्ट्यपूर्ण सन्मान मला मिळाला, त्याबद्दल मी स्वत:ला अतिशय भाग्यवान समजतो. अर्थात्, हे काम अतिशय जोखमीचं होतं.

प्रश्न २) आपल्याला ही कामाची संधी कशी मिळाली?

उत्तर : माझ्यात खरं तर खूप योग्यता होती असं काही असण्यापेक्षा कर्मधर्मसंयोगानंच मला ही संधी मिळाली. त्या काळात, म्हणजे १९६० च्या सुमारास, तिबेटी प्रशासनात काम करणाऱ्यांमध्ये फार कमी सदस्यांना इंग्रजी बोलता यायचं आणि त्यामुळे 'इंग्रजी विद्याविभूषित' अशा सर्व, उपलब्ध तरुण तिबेटींना प्रशासनात नोकरीसाठी सामावून घेतलं जात होतं. मी 'कौन्सिल फॉर तिबेटन एज्युकेशन' (तिबेटी शिक्षणविषयक सल्लागारमंडळ) या विभागात काम करत होतो. 'डिपार्टमेंट ऑफ एज्युकेशन' (शिक्षण विभाग) या विभागाला त्यावेळी तसं म्हटलं जात असे. परमपावन दलाई लामांच्या कार्यालयात सेवा करण्यासाठी १९६४ मध्ये मला बोलावलं गेलं; कारण त्यावेळी त्यांच्या प्रायव्हेट ऑफिसमध्ये (व्यक्तिगत कार्यालयामध्ये) काम करणारी व्यक्ती शिष्यवृत्ती मिळवून अमेरिकेत गेली.

प्रश्न ३) जगात दलाई लामा जसजसे विख्यात होऊ लागले, तसतसा आपल्यावरचा कामाचा ताण वाढत गेला असणार?

उत्तर : होय, फारच. कामाचा ताण दसपटींपेक्षा जास्त झाला. असं मी म्हटलं तरी त्यात अतिशयोक्ती नाही.

प्रश्न ४) जगभरच्या असंख्य लोकांना दलाई लामांबद्दल एवढा प्रचंड आदर आणि कौतुक आहे; ते का असावं, असं आपल्याला वाटतं?

उत्तर : परमपावन दलाई लामांमधील खुलेपणा, लीनता, पूर्णतया सरळपणा आणि त्यांचं हास्य - या साऱ्यांशिवाय अन्य बरीच कारणं आहेत, असं मला वाटतं. जगभरातील विविध स्तरांवरच्या लोकांना दलाई लामांबद्दल जे आकर्षण वाटतं, त्यातली महत्त्वाची कारणं आणि परमपावन दलाई लामांचा वस्तूंकडे पाहायचा दृष्टिकोन हे सारं स्पष्ट करताना, मला जे वाटते, ते असं आहे –

(१) त्यांनी खंबीरपणानं आणि सातत्यानं अहिंसेचा पुरस्कार केला आहे आणि प्रत्येकाकरिता ज्यांना मूलभूत मानवी मूल्ये म्हटलं जातं- म्हणजे करुणा, सहिष्णुता आणि आदर - अशा मूल्यांना नेहमी पाठिंबा दिला आहे;

(२) तिबेट आणि तिबेटी माणसं यांच्या बाबतीत जे काही सर्व घडलेलं आहे, त्यापलीकडे जाऊन चिनी माणसांबद्दल देखील त्यांचं प्रेम आणि समजूतदारपणा व्यापक आहे;

(३) तिबेटी लोक आणि तिबेटी बौद्ध परंपरेचे जे अन्य अनुयायी आहेत; त्या सर्वांना दलाई लामांबद्दल अपार भक्ती असते. असं असूनही त्यांना स्वत:ला इतर धर्मांच्या परंपरांबद्दल खूप आदर वाटतो;

(४) सुरुवातीच्या काळात थोडा विरोध झाला तरी, निर्वासित म्हणून आलेल्या तिबेटी नागरिकांमध्ये लोकशाही पद्धतीची ओळख करून देण्याबाबत ते ठाम होते;

(५) तिबेट समस्येबाबत त्यांची भूमिका वस्तुनिष्ठ, व्यावहारिक आणि नेमस्त अशी आहे. याचीच परिणती 'मध्यम मार्गा'च्या दृष्टिकोनात झालेली आहे.

(६) गेली वीस वर्षे ते वैज्ञानिकांशी संवाद साधत आले आहेत.

(७) परमपावन दलाई लामा हे, पूर्ण जगताला बौद्ध ज्ञान देत राहिले आहेत.

प्रश्न ५) जगभर दलाई लामांना जी अफाट मान्यता, ओळख आहे, त्या असामान्य दर्जाच्या प्रसिद्धीमुळं खरं तर कुठल्याही सामान्य माणसाचा अहंकार फुलून जाऊ शकतो. बाहेरच्या विश्वातील सध्याच्या खमंग, चुरचुरीत संस्कृतीत चर्चिले जाणारे असे त्यांच्या व्यक्तिमत्त्वाचे पैलू आणि स्वत:ची आध्यात्मिक साधना यांच्यात मेळ घालताना, त्यांना बहुधा चमत्कारिक होत असावं. त्यांना हे कसं जमतं? असा एखादा प्रसंग आमच्या वाचकांसाठी आपण सांगाल का? ही तारेवरची कसरत कशी असते हे थोडं स्पष्ट होईल.

उत्तर : मी अनेक वर्षे परमपावन दलाई लामांच्या सहवासात आहे आणि त्यांच्या अनेक गोष्टींबद्दल मला कायम अद्‌भुत वाटत आलं आहे, त्यापैकीच ही एक गोष्ट आहे. आंतरराष्ट्रीय पातळीवर त्यांची ख्याती आहे आणि त्यांच्या चाहत्यांमध्ये केवळ तिबेटी लोकच नव्हे तर बौद्ध परंपरांचे अन्य कित्येक अनुयायी आहेत. या सर्वांकडून त्यांच्याबद्दल जी अपार भक्ती व्यक्त केली जाते, त्यामुळं दलाई लामा कधीही वाहून जात नाहीत की भावनावश होत नाहीत. उदाहरणार्थ, ते जेव्हा लोकांना भेटतात, तेव्हा ही माणसं कोणत्याही स्तरातून आलेली असली तरी, त्यानं त्यांना कसलाही फरक पडत नाही. भेटायला आलेली व्यक्ती महत्त्वाची असो, उच्चपदस्थ असो किंवा अगदी सर्वसामान्य व्यक्ती अथवा एखादा तरुण विद्यार्थी असो- या सर्व लोकांना ते सारखाच सन्मान देतात, त्यांच्याकडे पूर्ण लक्ष देतात. दलाई लामांसाठी एकच गोष्ट महत्त्वाची असते की, ती व्यक्ती अस्सल, प्रामाणिक असली पाहिजे. म्हणूनच खरं तर, एखाद्या उच्चपदस्थ पण दिखाऊ माणसापेक्षा, एखाद्या सर्वसामान्य पण अस्सल माणसाबरोबर जास्त वेळ घालवायला मिळाला तर दलाई लामांना मनापासून हवं असतं.

परमपावन दलाई लामांची जी आध्यात्मिक, धार्मिक जाण आहे, साधना आहे त्यामुळेच मला असं वाटतं की ते ही सारी प्रसिद्धी आणि लोकप्रियता यांच्या आहारी जात नाहीत. त्यांच्या ठायी जी नम्रता आहे; ती सुद्धा त्यांच्या स्वभाव वैशिष्ट्याचीच द्योतक आहे.

प्रश्न ६) दलाई लामा यांची प्रकृती सध्या कशी आहे? ते त्यांचे विदेश दौरे कमी करणार आहेत काय?

उत्तर : परमपावन दलाई लामांची प्रकृती उत्तम आहे. ज्या डॉक्टरांनी त्यांची तब्येत तपासलेली आहे त्यांचं मत असं आहे की, अनेक तरुण लोकांपेक्षाही त्यांची तब्येत उत्तम आहे. देशविदेशातील अनेक दौरे, प्रवास तसंच धरमशाला येथे असणारी असंख्य कामं सांभाळत असूनदेखील दलाई लामांच्या चेहऱ्यावर थकावटीचं चिन्हं फार क्वचित् वेळा दिसतं; ही वस्तुस्थिती त्यांचं आरोग्य उत्तम असल्याचेच द्योतक होय.

प्रश्न ७) सर्वसाधारणपणे मुलाखती आणि भेटीसाठी तुम्हाला किती वेळा विचारणा होते आणि किती वेळा तुम्हाला नाही म्हणावं लागतं?

उत्तर : अशी किती निमंत्रणं येतात याची काही नोंद आम्ही ठेवलेली नाही. पण दररोज साधारपणे १२ ते १५ विनंत्या आमच्याकडे येतात आणि अर्थातच सर्वच विनंत्या मान्य करणं काही शक्य नसतं.

प्रश्न ८) आपल्या तिबेटी नागरिकांमध्ये असे लोक आहेत का, की ज्यांना खुद्द

दलाई लामांना सल्ला देण्याइतका किंवा त्यांच्या काही विशिष्ट निर्णयांबद्दल मतभेद व्यक्त करण्याइतका मोकळेपणा वाटतो? दलाई लामांना इतका पराकोटीचा आदर मिळतो की, त्या पृष्ठभूमीवर असं करण्याचं धैर्य लोकांमध्ये राहतं का, हे जाणून घेण्यासाठी हा प्रश्न मी विचारला आहे.

उत्तर : दलाई लामांबरोबर मतभेद आहेत, असे निश्चितपणे अनेक लोक आहेत. वस्तुत: मी पूर्वी म्हटलं तसं दलाई लामांच्या सहवासात इतकी वर्षं काम करत असताना, दलाई लामांच्या स्वभावात इतरांच्या मतांबद्दल जो मोकळेपणा, स्वच्छपणा आहे, तो मला कायमच विलक्षण वाटत आलेला आहे. म्हणून अनेक कनिष्ठ लामा आणि तिबेटी अधिकारी हे त्यांच्या स्वत:च्या मतांबद्दल इतके कर्मठ आणि ताठर का राहतात, हे काही मला उलगडत नाही.

प्रश्न ९) दलाई लामांचे कार्यालय आणि तुमच्यावरील कामाची जबाबदारी, यांमध्ये गेल्या चार दशकांमध्ये होत गेलेले बदल आपण पाहात आहात. गेल्या चाळीस वर्षांच्या वर दलाई लामांच्या सहवासात काम करताना कोणती सर्वात महत्त्वाची बाब आपण शिकलात?

उत्तर : मी अनेक गोष्टी शिकलो आहे. या सगळ्यात एक महत्त्वाची बाब सांगता येईल ती अशी की ज्या गोष्टी आणि समस्या वादग्रस्त आणि संघर्ष निर्माण करणाऱ्या असतात त्यांच्याबद्दल अतिशय संतुलित आणि सर्वंकष असा दृष्टिकोन असला पाहिजे.

प्रश्न १०) कामाच्या जबाबदारीनं थकून जाऊन राजीनामा द्यावा असं कधी आपल्याला वाटलं का?

उत्तर : अनेकदा मला कामाच्या ताणानं थकल्यासारखं झालं आणि काही क्वचित् प्रसंगी मला खरंच असं वाटून गेलं की, राजीनामा देणं एवढा एकच पर्याय माझ्यापुढं आहे!

प्रश्न ११) आपल्या टेठाँग कुटुंबानं तिबेटसाठी खूपच घसघशीत योगदान दिलेलं आहे. टेठाँग कुटुंबातील अनेक मुलं ही तिबेटसाठीच्या कामात गुंतलेली आहेत, या मागचं कारण काय असावं असं आपल्याला वाटतं?

उत्तर : आमच्या पूर्वजांच्या काळापासूनच टेठाँग कुटुंबाला 'भो शुंग गांदेन फोड्रंग' (Bho Shung Ganden Phodrang) यांच्याशी संबंधित असल्याचं भाग्य लाभलेलं आहे. खरं सांगायचं तर आमच्यापैकी एका पूर्वज व्यक्तीला सातव्या दलाई लामांनी दिलेलं एक 'जाहीर प्रशंसापत्र' माझ्याकडे आहे. गुंडाळीपत्राच्या रूपात हे सन्मानपत्र आहे. सातव्या दलाई लामांच्या अवघड आणि वादळी कालखंडात त्यांना ते दिलं गेलं होतं. कदाचित् ही जी जुनी परंपरा आमच्या पाठीशी आहे, तिच्या मुशीतूनच आम्ही घडलेलो असू.

श्री. तेनझिन गेशे टेठाँग यांनी परमपावन दलाई लामा यांच्या कुटुंबीयांबद्दल काही आठवणी सांगितल्या आहेत. दलाई लामा यांच्या आई - आदरणीय डिकी छेरिंग (Diki Tsering) (१९०१-१९८०) यांना तिबेटी भाषेत आदराने ग्यायुम छेनमो (Gyayum chenmo) म्हणजे 'मोठी आई' म्हणून ओळखलं जात असे. तिबेटमधून निर्वासित म्हणून आलेल्या तिबेटी लोकांवर, अनाथ मुलांवर मायेची पाखर घालण्यासाठी, त्यांच्या उदरनिर्वाहाची सोय लावण्यासाठी त्या आयुष्यभर कार्यरत राहिल्या. तेनझिनजींनी सांगितलेल्या शब्दात या 'मोठ्या आई'चं वर्णन असं आहे –

"परमपावन दलाई लामा यांच्या आईकडून, आमच्या मोठ्या आईकडून खूप दयाळूपणा आणि प्रेम मिळण्याचं दुर्मिळ सुदैव मला लाभलं होतं. त्या स्वत: अतिशय सन्मान्य आणि समर्थ अशा होत्या. त्यांचा कनवाळू स्वभाव साऱ्यांना ठाऊक होता. ओळखीच्या असलेल्या किंवा नसलेल्या कुणाही गरजू माणसांबद्दल त्यांना करुणा वाटत असे. याशिवाय एका गोष्टीचं मला फार कौतुक वाटत असे ते अशासाठी की, 'परमपावन दलाई लामांची आई' हे जे त्यांचं स्थान होतं, त्याचा लोकांना त्या कधीही गैरफायदा घेऊ देत नसत.

१९६०च्या सुरुवातीपासून मी त्यांच्या सहवासात आलो. तेव्हाच मी परमपावन दलाई लामांच्या कार्यालयात रुजू झालो होतो आणि ग्यायुम छेनमो ज्या आवारात राहात होत्या, त्याच आवारात राहत होतो. ते ठिकाण म्हणजे 'स्वर्ग आश्रम' नावाचा एक जुना ब्रिटिश बंगला होता. मॅक्लिऑड गंज शहराच्या वरच्या बाजूला होता.

सुरुवातीच्या त्या काळात तरुण वयात मला एकदा कमरेच्या डाव्या बाजूला गळू झालं. जखम दुखत होती; पण ग्यायुम छेनमो यांनी स्वत: पू काढून, जखम स्वच्छ केली. पू काढताना मला खूप वेदना होत पण साक्षात् दलाई लामांच्या आईनं माझी जी शुश्रूषा केली, त्यानं जणू ते दुखणं माझ्यासाठी संस्मरणीय होऊन गेलं.

वर्षांमागून वर्षं जात होती. त्यांनाही माझा लळा लागला होता. त्यांनी घरी काही पदार्थ बनवला आणि जर तो माझ्या आवडीचा असेल तर बऱ्याचदा दूरध्वनी करून त्या मला बोलावून घेत. १९६० च्या अखेरीस ग्यायुम छेनमो या दुसऱ्या घरी रहायला गेल्या. हे घर म्हणजे सध्या दलाई लामा जिथं राहतात, त्याच्या खालच्या बाजूला होतं. न्याङ्‍री रिनपोछे हे ही त्यावेळी तिथं राहात होते; ते म्हणजे दलाई लामांचे धाकटे भाऊ. मी कधी कधी रात्री त्यांच्याकडे मुक्कामास असे. रात्री दिवा 'हाताने' बंद न करता मी

पडल्या पडल्या काठी लांब करून दिवा बंद करायचो! अन् झोपी जायचो;
याची ग्यायुम छेनमो यांना गंमत वाटायची.

दलाई लामा त्यांच्या आईसह

एकाच आवारात राहात असल्यानं दलाई लामांची धाकटी बहीण, कासुर जेत्सुन पेमा (Kasur Jetsun Pema) आणि त्यांचा धाकटा भाऊ यांच्याशी माझा जवळचा संबंध आला. न्याङ्री रिनपोछे यांच्याबरोबर मी अनेकदा आनंदात राहिलो आहे. स्वर्ग आश्रमाच्या वरच्या बाजूला डोंगरातली भटकंती, कांगडाजवळच्या नदीत पोहायला जाणं आणि आमच्यात अनेकदा घडून आलेला गरमागरम वादविवाद हे मला विशेष करून खूप आठवतं. तेव्हा मी 'तिबेटन यूथ काँग्रेस' चा अध्यक्ष होतो आणि न्याङ्री रिनपोछे हे कार्यकारिणी समितीचे सदस्य होते. ४५ वर्षांच्या वर आम्ही एकमेकांना ओळखतो आहोत. तसं १९५६ मध्ये त्यांच्याशी माझी ओझरती भेट झालेली होती. तेव्हा आम्ही दोघंही दार्जिलिंगच्या शाळेत होतो. तेव्हाही मी त्यांच्यामुळं प्रभावित झालो होतो.

कासुर जेत्सुन पेमा यांनी आणि मी वेगवेगळ्या पदांवर पण बरेचदा एकत्र काम केलेलं आहे. १९६० च्या सुमारासच आम्ही दोघांनी तिबेटसाठी काम करायला सुरुवात केली आणि आता आम्ही दोघंही निवृत्त झालो आहोत. 'तिबेटी मुलांच्या खेड्या'त त्या कायम प्रमुख म्हणून होत्या. हे खेडं आता मोठी अशी 'तिबेटी शिक्षण संस्था' बनलेली आहे आणि १६,००० तिबेटी विद्यार्थ्यांची काळजी इथं घेतली जाते. काही वर्षं त्या शिक्षणमंत्रीही होत्या. १९८० च्या सुमारास काही काळ मी देखील त्याच पदावर काम केलेलं होतं. चाळीस वर्षं मी दलाई लामांच्या कार्यालयात काम केलं आणि १९८० च्या सुरुवातीच्या काळात चार वर्षं मी काशाग (Kashag) होतो; म्हणजे तिबेटी सरकारच्या कॅबिनेटमध्ये होतो. १९६० च्या अखेरच्या काळात 'तिबेटन इन्स्टिट्यूट ऑफ परफॉर्मिंग आर्ट्स' ही संस्था कोसळायच्या बेतात होती, ती सावरण्याच्या कामात मी साहाय्य केले आणि नंतर १९७० च्या सुरुवातीच्या काळात या संस्थेच्या सदस्यांचा पहिला विदेश दौरा मला आयोजित करता आला.

अशा या सर्व कालखंडात माझ्या कामाला तसंच माझ्या व्यक्तिगत आयुष्यात ग्यायुम छेनमो यांच्या मायाळूपणाचा आणि पाठिंब्याचा मी पुरेपूर आनंद घेतला. माझ्या 'सर्वात जवळच्या आणि सर्वात विश्वासार्ह स्नेही' अशी मी या 'मोठ्या आई' ची ओळख सांगतो.''

□

परमपावन दलाई लामांशी संवाद

श्री. राजीव मेहरोत्रा

लेख १ : वैश्विक बांधिलकी

राजीव मेहरोत्रा : निधर्मी पद्धतीचा संवाद साधता यावा म्हणून आपण वैश्विक बांधिलकीच्या किंवा जबाबदारीच्या तत्त्वज्ञानाचे महत्त्वाचे योगदान दिले आहे. या योगदानाची नोबेल पारितोषिकाच्या समितीनेही दखल घेतलेली आहे. हे तत्त्वज्ञान नेमके कसे आहे; हे आपण आम्हाला स्पष्ट करून सांगाल काय?

दलाई लामा : प्राचीन काळी काही धार्मिक उपदेशांनी असं सांगितलं होतं की, नि:स्वार्थीपणाची किंवा नि:स्वार्थी व्यवहारांची जोपासना आपण मूल्यांचा किंवा नैतिकतेचा भाग म्हणून केलीच पाहिजे. आज मला जाणवतं आज घटना किती पूर्णपणे बदलल्या आहेत कारण तंत्रज्ञान आणि लोकसंख्या या दोन्हींमुळे जग लहान झालेलं आहे. जगाच्या एका बाजूला काही घटना घडल्या की, त्याचे परिणाम दुसऱ्या बाजूला जाणवतात. आपण एकमेकांवर मोठ्या प्रमाणात अवलंबून आहोत. आजच्या अशा काळात नि:स्वार्थीपणा ही एक व्यावहारिक गरज झालेली आहे.

आर्थिक आणि पर्यावरणविषयक क्षेत्रांमध्येसुद्धा देश एकमेकांवर मोठ्या प्रमाणात अवलंबून आहेत. 'आम्ही' आणि 'ते' या संकल्पना कालबाह्य झाल्या आहेत. साऱ्या जगाचा विचार आता आपण 'आम्ही' किंवा 'आपण सारे' अशा पद्धतीने केला पाहिजे. असं असूनही जागृती आणि चिकित्सक चिंतन यांच्या अभावापायी असे विश्वचिंतन काही केल्या घडून येत नाही, ही वस्तुस्थिती आहे. आपला अजूनही विभाजनावर विश्वास आहे. अशा प्रकारचा मनाचा क्षुद्रपणा आणि दूरदृष्टीचा अभाव यामुळे अनेक समस्या उद्‌भवतात, असं मला वाटतं.

उदाहरणच द्यायचं झालं तर हे पहा. सध्या जगभरातच आपण गंभीर अशा आर्थिक प्रश्नाला तोंड देत आहोत, एखाद्-दुसरा देश मग आर्थिक महासत्ता असून काही उपयोग नाही; एकत्र मिळून किंवा सामूहिक पातळीवर प्रयत्न झाला तर हा प्रश्न सुटेल. आधुनिक अर्थकारणात राष्ट्रांच्या सीमा आडव्या येत नाहीत, आरोग्य किंवा शिक्षण यांसारख्या विशिष्ट क्षेत्रांत देशादेशांचा समन्वय आधीच घडून आलेला आहे.

माझा स्वत:चा स्वार्थ, माझे स्वत:चे भविष्य आणि माझ्या स्वत:च्या देशाचे

भविष्य हे अगदी निश्चितपणे अन्य लोकांशी निगडित असते; पण तरीही माणसाचा विचार मात्र 'माझा' देश 'माझे' राष्ट्रीयत्व, 'माझ्या' देशाची सीमा यातच फार अडकून राहिलेला असतो. वस्तुस्थिती बदललेली आहे; पण आपल्या संकल्पनांचा मात्र तिच्याशी सूर जुळलेला नाही. वास्तवाच्या जवळसुद्धा आपले विचार पोहोचत नाही. आणि समस्यांचं हे एक कारण असावं.

मानव जातीचे आपण सहा महापद्म सदस्य आहोत. त्या साऱ्यांसाठी हा लहानसा ग्रह काय ती आशेची जागा आहे; म्हणून आपणा सर्वांवरच सर्वंकषपणे या पृथ्वीची काळजी घेण्याची जबाबदारी आहे. माझं असं मत आहे की, ''आपल्या सर्वांसाठी 'जागतिक' आणि 'वैश्विक बांधीलकी' ची गरज आहे. ही भावना एकदा का मनात स्थिरावली की मग आर्थिक, धार्मिक किंवा सांस्कृतिक असे जे काही इतर लहान सहान प्रश्न आहेत, ते अधिक सहजपणे आपल्याला हाताळता येतील. त्या प्रकारच्या जाणीवपूर्वक विचारांचा मी पुरस्कार करतो आणि ते विचार अंगवळणी पडले पाहिजेत हे सांगतो.

वास्तवाचं भान आपल्याला आलं पाहिजे हाच खरा उपाय आहे. माणसाचा दृष्टिकोन विकसित व्हायला पाहिजे, बदलला पाहिजे आणि त्याने वास्तवाला स्वीकारलं पाहिजे. असे केले तरच आपण अनेक मानवनिर्मित समस्या सोडवू शकू. निदान त्या समस्या कमी तरी करू शकू.

मला असं वाटतं की यातलं तर्कशास्त्र सोपं आहे! हे पहा ना, माझं कल्याण हे इतरांच्या कल्याणावर अवलंबून आहे; तेही मोठ्या प्रमाणात. म्हणजेच मग इतरांच्या कल्याणाची मी काळजी घेतल्याशिवाय, मला फायदा होणार नाही; जर मी इतरांच्या भल्याकडे दुर्लक्ष केलं तर अंतत: मलाही हार खायला लागते किंवा दु:ख भोगावं लागतं. जर आपण इतरांच्या अधिकारांची, कल्याणाची जास्त काळजी घेतली तर अंतत: आपणा सर्वांचाच फायदा होऊ शकतो.

राजीव मेहरोत्रा : असं का बरं घडू शकतं?

दलाई लामा : फारच सोपं आहे! आजच्या घडीला जवळ जवळ ६.७ महापद्म एवढ्या संख्येने माणसं या ग्रहावर आहेत. वस्तुस्थिती पाहता त्यातील बहुतांश लोक हे प्रामाणिकपणे श्रद्धा ठेवणारे नसतात. अर्थात्, माणसं म्हणत असतात की, 'मी किंवा माझं कुटुंब अमुक अमुक परंपरेतील आहे.' परंतु, त्यांच्या दैनंदिन जीवनात ते श्रद्धाळू किंवा विश्वास ठेवणारे असतात असं काही नाही. अर्थात्च, बहुसंख्य लोक श्रद्धा, विश्वास ठेवणारे असे नसतातच आणि त्याच वेळी हीच बहुसंख्य जनता मानवजातीचा एक अतिशय महत्त्वाचा भागही असते.

कोणत्याही धर्माच्या कुटुंबात जेव्हा एखाद्या बाळाचा जन्म होतो. तेव्हा ते मूल कुठल्याही श्रद्धेशिवाय जन्माला आलेलं असतं. जेव्हा त्याचे पालक काही पूजाअर्चा करतात, तेव्हादेखील त्या लहानग्या मुलाच्या मनात त्या कर्मकांडाबद्दल काही

विशिष्ट भावना किंवा कौतुक असं काही नसतं. लहान मुलांचं मन मुक्त असतं आणि माणसांकडून मिळणारं प्रेम आणि घेतली जाणारी काळजी यांच्या मदतीनं ते वाढत असतं. आईचा स्पर्श आणि आईकडून मिळणारं दूध एवढ्याच गोष्टींची त्या बाळाला जाणीव असते. मानवी ओढ आणि मानवी स्नेह ह्या दोन प्रबळ भावना असतात. या दोन्हीशिवाय, ते मूल तग धरू शकत नाही. म्हणूनच मला असं वाटतं की, मानवी स्नेहाशी मानवजातीची गाठ असते ती अगदी जन्माच्या क्षणापासून!

राजीव मेहरोत्रा : ही संकल्पना म्हणजे तुमच्या धर्मातील आध्यात्मिकतेचा पाया आहे काय?

दलाई लामा : अगदी बरोबर आहे. माझा असा विश्वास आहे की, मृदुता हाच मूलभूत मानवी स्वभाव आहे. स्नेह-प्रेम यांच्यावर आधारित अशी ही मृदुता असते; जर आपलं मन शांत, करुणाशील आणि मुक्त राहू शकलं तर आपलं शारीरिक आरोग्यही चांगलं राहतं. जर आयुष्यात सातत्यानं नैराश्य, क्रोध, प्रक्षुब्धता आणि द्वेष या भावना असल्या तर त्यांचा मनावर परिणाम होतो आणि यथावकाश आपले आरोग्यही ढासळते.

शरीराच्या मूलभूत घडणीतच हे दिसून येते. शांत मनाच्या बरोबरच करुणाशील मन राहतं; शांत मन आणि प्रक्षुब्ध मन जोडीनं राहू शकत नाहीत. आपलं काम हे मृदू आणि स्नेहशीलतेनं करत राहणं जे सगळ्यात जास्त चांगलं आणि माझा असा विश्वास आहे की, प्रत्येक मानव प्राण्याचं मर्म हेच आहे. आपण जन्मापासून त्या मूळ स्वभावाचा अनुभव घेत असतो; पण माझ्या मते आपण वयानं वाढतो तसतसं आपण मेंदू आणि आपल्यातील बौद्धिक बाजू यांवर अधिक भर देऊ लागतो आणि आपले मूलभूत मानवी गुण मात्र दुर्लक्षित करतो. अर्थात्, याचा परिणाम म्हणून आपल्या सत्प्रवृत्तींना मेंदू झाकोळून टाकतो आणि माझ्या मतानुसार जगात ज्या अनेक समस्यांचा अनुभव घेत आहोत, त्याचं कारण हे आहे.

केवळ विसाव्या शतकापुरतं बोलायचं तर आपण तंत्रज्ञानावर अवलंबून असलेल्या कितीतरी प्रकारांचा अवलंब केला आणि आता त्यातल्या मर्यादा आपल्या लक्षात यायला लागल्या आहेत. आपल्या मूलभूत सत्प्रवृत्ती, आपलं स्व-रूप यांकडे परत फिरण्याची वेळ येऊन ठेपलेली आहे. आपल्या स्व-रूपाची बौद्धिक बाजू किंवा ज्ञान वर्धिष्णु व्हावं म्हणून आपण प्रयत्न करत राहतो. पण आता नैतिक मानवी गुणांमध्येही वाढ व्हायला हवी. मानवी मेंदू आणि मानवी हृदय हे दोन्हीही समतोल साधत आहेत ना, याकडे आपण जाणीवपूर्वक, प्रयत्नपूर्वक पाहिलं पाहिजे; माझ्या धर्मातीत नीतीचा अर्थ हा आहे.

राजीव मेहरोत्रा : बौद्ध तत्त्वज्ञानात सजीव प्राण्यांची संकल्पना मध्यवर्ती आहे; आपण ती आंतरराष्ट्रीय पटावर नेली आहे आणि आपण सर्व सजीवांसाठी हक्क ठेवले पाहिजेत, असेही सुचविले होते; आपण हा मुद्दा स्पष्ट करणार का?

दलाई लामा : मला असं वाटत की, या ग्रहाच्या पर्यावरणाची काळजी घेणं म्हणजे आपल्याच भविष्याची काळजी घेण्यासारखं आहे. हा ग्रह आपले घर आहे, तरीही मंगळासारख्या अन्य ग्रहांवर शोधमोहिमा करून, तिथं निवासस्थानं बांधण्याची स्वप्नं वैज्ञानिक बघत आहेत. अर्थात्, कधीतरी ते शक्य होऊ शकेलही; परंतु अंतिमत: हा निळसर ग्रह हेच आपले एकमेव घर आहे. या ग्रहाचं आणि या ग्रहावर असणाऱ्या प्रत्येक प्राणिमात्राचं आणि नैसर्गिक गोष्टींचं संरक्षण व्हावं, म्हणून आपण पावलं उचललीच पाहिजेत.

पर्यावरणाच्या कोणत्याही घटकाचा बळानं उपभोग घेणं आणि पैसा मिळवण्यासाठी नैसर्गिक सौंदर्य आणि समतोल यांचा अनादर करणं, हे फार चूक आहे; असं करणं म्हणजे मूर्खपणाचं, दूरदृष्टीचा अभाव सूचित करणारं आहे आणि दीर्घकाळासाठी विध्वंसक ठरणारं आहे. सर्व सजीव प्राणीमात्रांमधील एकसंधता दर्शवणारं 'निसर्ग चैतन्य' आपण ओळखलं पाहिजे. ज्या आदराच्या भावनेनं आपण जसं स्वत:च्या कुटुंबाला प्रेमानं वागवतो, तोच दृष्टिकोन ठेवून आपण पर्यावरणाच्या सर्व पैलूंकडे आदरानं पाहिलं पाहिजे.

जर आपण या सजीव, चैतन्यशील जीवांच्या गरजा आणि भावना यांच्याकडे दुर्लक्ष केलं तर आपल्या सहप्रवासी असलेल्या माणसांचाही आपल्या मनावर नकारात्मक परिणाम होत जातो. आपल्याला आपली माणसंही दुर्बल, निरुपयोगी आणि आदर दाखवायला अगदी अपात्र अशी वाटू लागतात. खरं तर सर्वांचं आयुष्य हे पवित्र असतं! माणसांवर विविध प्रकारचे प्रभाव, परिणाम करत असतात. स्वभावावर धीम्या गतीनं त्यांचा प्रभाव पडत जातो किंवा संथ बदल घडत जातो; म्हणूनच मला असं वाटतं की, निसर्ग चैतन्याच्या सर्व रूपांबद्दल करुणा किंवा आदर असणं, हा मानवतेबद्दल असणाऱ्या खऱ्याखुऱ्या करुणेचा किंवा काळजीचा पाया आहे.

राजीव मेहरोत्रा : मानवी हक्कांचा जो वैश्विक जाहीरनामा आहे, त्यामध्ये पर्यावरणाचे हक्क तसेच सर्व सजीव प्राणीमात्रांचे हक्क अंतर्भूत व्हावेत, याबाबत पुन्हा विचार व्हावा, असं आपण सुचवाल का?

दलाई लामा : माझ्या मते तसा दृष्टिकोन विकसित व्हावा यासाठी आपण प्रयत्न करण्याची वेळ येऊन ठेपलेली आहे; तसं पाऊल उचलणं फार गरजेचं आहे. पर्यावरणाचा मुद्दा महत्त्वाचा आहे. पर्यावरणाच्या बाबतीत दाखवला गेलेला निष्काळजीपणा आणि अनादर यांचे परिणाम काय होतात, हे या ग्रहावरचे निवासी पाहात आहेतच. मातेच्या दुधावर होणारे प्रदूषणाचे परिणाम आणि पर्यायानं नव्या पिढीवर होणारा दुष्परिणाम हे सारं वैज्ञानिक पाहात आहेत. आपण आपल्या वसुंधरेकडे तसेच पर्यावरणाकडे केलेले अक्षम्य दुर्लक्ष यांचे परिणाम हे फक्त मानवजातीपुरते मर्यादित राहिलेले नाहीत, हेही वैज्ञानिकांच्या लक्षात येऊ लागलं आहे.

आजच्या दैनंदिन जीवनात करुणा अंगीकारणं म्हणजे लोकांना अप्रासंगिक,

अनाठायी वाटतं, हे फार फार लज्जास्पद आहे. तरीपण एकंदर मानवजातीच्या दृष्टीनं, पर्यावरणाच्या दृष्टीनं, आपण एकमेकांच्या नात्यांमध्ये तसंच अगदी स्वत:बद्दलसुद्धा 'करुणा' हे मूल्यं आपल्या अंतरात फुलत गेलंच पाहिजे.

❑

लेख २ : संघर्ष आणि धर्म यांचं राजकारण

राजीव मेहरोत्रा : परमपावन दलाई लामा, आपण स्वत:ला राजकारणातील व्यक्ती अधिक मानता की धार्मिक नेता मानता?

दलाई लामा : मी स्वत:ला कायमच एक साधा बौद्ध भिक्खू मानत आलेलो आहे. मला असं वाटतं की, धार्मिक वळणानं जगण्याकडे माझा कल जास्त झुकतो. जन्मापासूनच माझ्यात नेतृत्वाचे काही योग्य गुण होते, यावर माझा विश्वास नाही. मला तसं काही वाटतही नाही! आधुनिक राजकारणात खास करून नम्रतेचा अतिरेकच होतो. कधीकधी ते प्रदर्शन मला फार कंटाळवाणं वाटतं. मला गंमत करायला आवडते आणि सरधोपट, मैत्रीपूर्ण भावनेनं बोलायला मला आवडतं.

राजीव मेहरोत्रा : आपण धर्मगुरू आहात पण राजकारणाचा वेशदेखील आपल्याला परिधान करायला लागतो. या दोन्हींमधला ताळमेळ उत्तम रीतिने साधला जावा यासाठी आपण आदर्श पद्धती कोणती ठेवता?

दलाई लामा : बौद्ध धर्मासाठी तिबेटी स्वातंत्र्य हा फार जवळचा विषय आहे, म्हणून व्यक्तिश:, या स्वातंत्र्य संघर्षातील माझी गुंतवणूक, हा मी माझ्या आध्यात्मिक सरावाचा एक भाग समजतो. कारण, या स्वातंत्र्यामुळे असंख्य माणसांचे हित होणार आहे. बौद्ध दृष्टिकोनातून, हे काही फक्त याच एका आयुष्याला लागू

आहे असे नव्हे, तर या आयुष्यानंतरच्या अनेक आयुष्यांना देखील लागू आहे.

खरं तर, तिबेटी स्वातंत्र्य म्हणजे काही फक्त राजकीय स्वातंत्र्य असा अर्थ नव्हे; आध्यात्मिक उपासना, आध्यात्मिक शिक्षण आणि अभ्यास यांचंही स्वातंत्र्य असा त्याचा अर्थ आहे; म्हणून बरेचदा पाश्चात्त्य देशातील माझ्या बौद्ध मित्रांना मी सांगतो की, ''तुम्हाला बौद्ध धर्माचं खूप उत्तम ज्ञान आहे; तर त्याचा मनापासून सराव करा. काही पिढ्यांनंतर, त्यात बदल झालेला असू शकेल, अशी आशा आहे. किमान पुढच्या एक-दोन पिढ्यांमध्ये तिबेटशिवाय संपूर्ण बौद्ध धर्म तुम्हाला मिळणार नाही; कारण तिबेटमध्ये आम्ही तो पारंपरिक पद्धतीनं जपलेला आहे.'' म्हणूनच, या पृथ्वीतलावर जर बौद्ध धर्माचं संपूर्ण, सर्वंकष असं रूप अस्तित्वात राहायला हवं असेल तर ते तिबेटी स्वातंत्र्यावर अवलंबून आहे.

धर्मांमध्ये अनेकतावादाचा दृष्टिकोन असण्याची आपल्याला गरज आहे, असं मला कायमच वाटत आलं आहे; ते फार गरजेचं आहे. म्हणून राष्ट्रीय स्वातंत्र्यासाठी मी जरी स्वातंत्र्य संग्रामात गुंतलेलो असलो तरी मी अनेकतावादाची कल्पना आणि धर्मांबद्दलचा अनेकतावादी दृष्टिकोन यांचाच नेहमी पुरस्कार केला आहे. गेल्या तीन ते चार शतकांपासून तिबेटमध्ये कित्येक हजार मुस्लीम आणि १००,००० एवढे ख्रिस्ती लोक राहात आहेत आणि मला असं वाटतं की, परस्परांबद्दल सहानुभूती आणि आदर यांच्यावर आधारित असा जो समन्वयाचा-सुसंवादाचा भाव असतो, त्याला योग्य तो आकार येत चालला आहे.

राजीव मेहरोत्रा : धर्माच्या नावावर चाललेले संघर्ष आणि युद्ध यांचा मेळ तुम्ही कसा घालणार?

दलाई लामा : ते तर फारच दु:खद आहे. त्यांच्यामुळे जगातील सर्वच धर्मांबद्दल एक चुकीचे मत तयार होते; असे असले तरीही, या आधुनिक काळात, तंत्रयुगात, धार्मिक परंपरांची मौलिकता अद्यापि टिकून आहे, यावर माझा विश्वास आहे. अजूनही वेगवेगळ्या धार्मिक परंपरांची मूल्यं अबाधित राहिलेली आहेत, असंही मला दिसून येतं. खरं तर, मला असं वाटतं की जसजशी लौकिक प्रगती होत जाते, तसतशा लौकिक किंवा उपभोगवादी मूल्यांच्या मर्यादा अधिकाधिक स्पष्ट होत जातात; अशा परिस्थितीत, आध्यात्मिकतेचं मूल्यं हे जास्त सुस्पष्ट, अन् जास्त महत्त्वपूर्ण बनत जातं.

म्हणूनच, विविध धार्मिक परंपरांमधील उपयुक्त संदेश आणि तंत्र या सर्वांपासून आपणा सर्वांचेच कल्याण होऊ शकते; एवढं सांगितल्यानंतर, धर्माच्या नावावर एकमेकांची हत्या करणं हे फार दु:खद आहे, याचा पुनरुच्चार मला करायलाच पाहिजे.

राजीव मेहरोत्रा : सातत्यानं होणारा हिंसाचार आणि असहिष्णुता यांचा दोष अनेकजण धर्माच्या राजकारणाला देतात; राजकारण हे धर्मांमध्ये मिसळलं गेलं पाहिजे की नाही हा त्यातील प्रश्न आहे. आपलं त्याबद्दलचं मत काय आहे?

दलाई लामा : मला असं वाटतं त्यात फरक आहे. राजकीय संस्था आणि धार्मिक संस्था या दोन्ही वेगवेगळ्या असल्याच पाहिजेत; असं असलं तरीसुद्धा धार्मिक आणि लौकिक कामं एकत्र घडू शकतात.

कार्यालयीन कर्तव्य, व्यवहार सांभाळतानाच्या माझ्या स्वत:च्या अनुभवावरून, मी सांगतो आहे; लोक कुठं दुखावले जातात याचं भान राखलं पाहिजे किंवा लोकांना कुठं मदत केली गेली पाहिजे, हे मी पाहतो. मला ठाऊक असतं की, धर्माला अनुसरून मी काळजीपूर्वक वागलं पाहिजे आणि जे योग्य आहे ते केलं पाहिजे. प्रामाणिकपणा राखता येण्यासाठी धार्मिक श्रद्धा फार महत्त्वाची ठरते. त्याचप्रमाणे व्यावहारिक क्षेत्रांमधून मी जो अनुभव मिळवतो; तो मला धार्मिक दृष्ट्या हिताचा ठरतो. भविष्यात तो अनुभव कसा असेल हे मला ठाऊक नाही, पण वर्तमानाबद्दल बोलायचं तर, माझ्यावरची ही दुहेरी जबाबदारी अतिशय उपकारक आहे.

काही दिवसांपूर्वी भारतातील एका चर्चासत्राला मी उपस्थित होतो. राजकारणातील काही लोक म्हणाले, ''आम्ही राजकीय क्षेत्रातील आहोत; धार्मिक क्षेत्रातील नव्हे.'' काही जण हे विनम्रपणे म्हणाले होते, तर काहीजण निव्वळ देखावा करीत होते.

मी मजेनं म्हणालो, ''राजकारणी लोकांनी धार्मिक असायला पाहिजे; कारण, ते ज्या लोकांसाठी काम करतात त्यांच्यावर प्रभाव पडतो तो राजकारणी लोकांच्या मनातल्या विचारांचा! उलट दुसऱ्या बाजूला, जर धार्मिक माणसं एकेकलेपणानं डोंगरावर राहिली आणि त्यांची मनं भ्रष्टाचारी असली, तरी त्याला फारसा अर्थ नाही कारण त्यांचा जनतेवर असा काही विशेष प्रभाव पडत नाही.''

जर सुयोग्य विचारसरणीचे अवलंबन केले तर अगदी युद्धसुद्धा कमी विध्वंसक होते. आपल्या हाताची पाच बोटं असतात, तसंच हे आहे; प्रत्येक बोटाची क्षमता आणि कार्य हे वैशिष्ट्यपूर्ण असतं, परंतु हाताच्या तळव्याशिवाय हे सारं निरुपयोगी ठरतं. त्याचप्रमाणे प्रत्येक मानवी कृती, मग ती धर्म, विज्ञान, अर्थकारण आणि शिक्षण या कशाशीही निगडित असो, ती जर प्रामाणिक प्रेरणा आणि मानवी स्नेह यांनी कार्यान्वित झाली असेल तर ती सकारात्मक होते; त्यातच राजकारणाचाही अंतर्भाव होतो.

शेवटी, खरं तर राजकारण म्हणजे तरी काय? राजकारण म्हणजे फसवाफसवी किंवा दहशत निर्माण करणं असंच असतं, असं नव्हे. खरं तर राजकारणाला यापेक्षा जास्त अर्थ आहे. समाज, समूह किंवा राष्ट्र यांची सेवा करण्याची ती एक मानवी कृती किंवा साधनच आहे.

हे पहा की राजकरणात असं काही वाईट नसतं, पण जे लोक या राजकीय क्षेत्रात गुंतलेले आहेत त्यांची प्रेरणा आणि वर्तणूक यावर ते अवलंबून असतं. अगदी धर्माच्या बाबतीतसुद्धा जर प्रेरणा खरीखुरी नसेल तर धर्मही डागाळतो. उलट, राजकीय क्षेत्रात राहणारा माणूस जर प्रामाणिक प्रेरणेनं काम करत असेल, तर ती आध्यात्मिक साधना ठरू शकते; म्हणून माझ्या दृष्टिकोनातून, प्रामाणिक, तळमळीची

प्रेरणा ही आध्यात्मिक साधना म्हणून विचारात घेतली जाऊ शकते.

जेव्हा धर्म हा एखाद्या व्यक्तीची जीवन-पद्धती बनून जातो, तेव्हा मग ती व्यक्ती-राजकीय क्षेत्रात म्हणा किंवा धार्मिक क्षेत्रात म्हणा - कुठेही असली तरी इतरांच्या कल्याणासाठीच काम करत राहते.

राजीव मेहरोत्रा : तरीसुद्धा, या दोन्हींचा व्यवहार अंगीकारला तरी जातीयवादाची धार तिखट होण्याचा धोका असतो, असं आपल्याला वाटतं का? खऱ्या अर्थानं धर्मातीत असणं म्हणजे काय?

दलाई लामा : जर धार्मिक मनोवृत्तीच्या माणसांकडून राजकारण चालवले तर ते निकोप ठरेल. राजकीय क्षेत्र आणि धर्म यांची, एवढ्या संदर्भात सरमिसळ झाली तरी चालेल. परंतु, धार्मिक संस्थांच्या बाबतीत मात्र (इथं धर्म नव्हे, संस्था हे लक्षात ठेवावं), एखादी व्यक्ती जर धार्मिक संस्था आणि राजकारण दोन्हीत काम करणारी असेल, तर मात्र तोल सांभाळावा लागतो.

एक बौद्ध भिक्खू म्हणून, मला असं वाटतं की, शेवटी महत्त्वाची गोष्ट कोणती आहे, तर ती प्रेरणा, प्रामाणिक प्रेरणा ही! व्यक्तिगत हितापेक्षा माणसानं नेहमी सार्वजनिक हिताचा विचार करावा. बहुसंख्य लोकांच्या कल्याणाबद्दल विचार करणं हा योग्य मार्ग आहे; मानवी विचारांसाठी हीच पद्धत योग्य आहे.

आपण सामाजिक प्राणिमात्र आहोत. आपलं स्वत:चं भविष्य आणि समृद्धी इतर मानवप्राण्यांवर अवलंबून असते. आधुनिक अर्थकारण आणि वैश्विकीकरण या संकल्पनांमधूनच, प्रत्येक गोष्ट ती अंतर्गतरीत्या एकमेकांवर अवलबूंन आहे, हे कळतं. त्यामुळेच 'आम्ही' आणि 'ते' यासारख्या भेदकारक गोष्टींना आता फारसा अर्थ उरलेला नाही. संपूर्ण मानवजात, संपूर्ण विश्व हे तुमचाच विस्तारित घटक आहे. मला असं वाटतं की यालाच 'वास्तवता' म्हणतात.

इतरांबद्दलच्या जाणिवेचं आपल्याला भान असलं पाहिजे. मानवतेचं स्वरूप आणि विश्वाचं स्वरूप यांबद्दल विचार करणं योग्य ठरतं. तीच खरी महत्त्वाची प्रेरणा आहे - मग ही प्रेरणा मनात धरून धर्माचा उपदेश करा किंवा राजकीय क्षेत्र, वैज्ञानिक संशोधन, अर्थकरण यांच्यात काम करा. प्रत्येक मानवी कृतीमागे या प्रेरणेची भूमिका महत्त्वाची असली पाहिजे; तरच मग प्रत्येक मानवी कृती ही सकारात्मक होईल.

राजीव मेहरोत्रा : काश्मीरमधला हिंसाचार आणि भारत-पाकिस्तान यांच्यातील संबंधांचे भवितव्य हा भारतात काळजीचा विषय आहे. जागतिक पातळीवर बघायचं झाल्यास बोस्निया, लेबेनॉन, मध्यपूर्व आणि कितीतरी ठिकाणी संघर्ष होत आहेत. या प्रकारच्या संघर्षांची उत्तरं कुठे आहेत, असं आपल्याला वाटतं?

दलाई लामा : फार अवघड आहे! माझ्याकडे स्पष्ट उत्तर नाही. परंतु, बोस्निया काय किंवा पूर्व आणि पश्चिम आफ्रिका काय, काश्मीरमधील काय - इथल्या संघर्षामध्ये भरडल्या जाणाऱ्या माणसांबद्दल, त्यांच्या वेदनेबद्दल मला कळवळायला होतं; त्यांचे

क्लेश फार विदारक आहेत. भारतातील काश्मीर समस्येबद्दल मला फार दु:ख होतं.

१९५९ मध्ये मी भारतात पहिल्यांदा आश्रयार्थ आलो. त्यावेळच्या अनुभवांवर मी जेव्हा विचार करतो, तेव्हा वाटतं की त्यावेळी खरी शांतता होती; अहिंसेची परंपरा कितीतरी प्रमाणात जागृत होती. आता कधी कधी माझ्या भारतीय मित्रांना मी मजेनं म्हणतो की, ''शतकानुशतके तत्त्वज्ञान म्हणून तुम्ही अहिंसेची निर्मिती केली आणि जपणूक केली. आता तुम्ही ही मूल्यंसुद्धा निर्यात करता आणि या निर्यातीचं प्रमाणसुद्धा फार जास्त झाल्यानं, स्वत:च्या या देशातच आता 'अहिंसेची उणीव' भासत आहे.''

इथं, भारतात, जे काही घडतं, त्याबद्दल मी अतिशय जिव्हाळ्यानं विचार करतो. आपल्या साऱ्यांनाच दीर्घ मुदतीच्या योजना आणि उत्तरं यांची गरज आहे. कधी कधी कमी कालावधीच्या योजना स्वीकारार्ह वाटू शकत नाहीत; परंतु दीर्घकालीन हिताकरिता त्यांचाही विचार करावा लागतो. कित्येक शतकांची प्राचीन परंपरा असलेल्या 'अहिंसा' या तत्त्वापासून आपण आता घसरलेलो आहोत, हे मला फार क्लेशदायक होतं; खिन्न करणारं वाटतं.''

□

परमपावन दलाई लामा –
इस्रायलच्या पवित्र भूमीवरचा पहिला तिबेटी यात्रेकरू

डॉ. योसी लेशेम

१९९४ सालच्या वसंत ऋतूत इस्रायलमधील 'सोसायटी फॉर द प्रोटेक्शन ऑफ नेचर' (SPNI) (निसर्ग संरक्षण समिती, इस्रायल) या संस्थेनं आपला चाळिसावा स्थापना दिन साजरा केला. 'सोसायटी फॉर द प्रोटेक्शन ऑफ नेचर इन इस्रायल' ही सर्वात मोठी आणि सर्वात जुनी अशी पर्यावरणविषयक संस्था आहे. तिचं हे स्थान फक्त इस्रायलपुरतंच मर्यादित नाही तर संपूर्ण मध्यपूर्वेतील ही एक ज्येष्ठ संस्था आहे. १९५४ मध्ये संस्थेची स्थापना झाली. यात वैज्ञानिक आणि निसर्ग संरक्षकवादी लोकांचा गट होता आणि त्यांना नेतृत्व होतं प्रोफेसर हाइनरिश मेंडेलसॉन, अझेरिया ॲलोन आणि प्रोफेसर ॲमोट्झ झहावी यांचं. इस्रायलच्या उत्तरेकडे जी 'हुला व्हॅली' (हुला खोरे) आहे, ते कोरडे करून ती जमीन शेतीसाठी देण्याची इस्रायल सरकारची योजना होती; तिला विरोध करण्याचे प्रयत्न अयशस्वी झाल्यानंतर या संस्थेची स्थापना झाली. मध्यपूर्व भागातील ही 'हुला व्हॅली' म्हणजे सर्वात महत्त्वाच्या अशा पाणथळ जागांपैकी एक होती. इथं पक्ष्यांच्या अनेक जाती आढळत असत. युरोप आणि आशियातून आफ्रिकेकडे जाणाऱ्या आणि येणाऱ्या अशा स्थलांतर करणाऱ्या पक्ष्यांची ही वैशिष्ट्यपूर्ण अशी विश्रांतीची जागा होती. इस्रायल राज्यातील (याची स्थापना नुकतीच १९४८ मध्ये झाली). सर्वसामान्य नागरिकांमध्ये, आपल्या देशातील विशेष ठरेल अशी वृक्षसंपत्ती आणि पशु-पक्षी इत्यादी वन्य जीव तसंच पर्यावरणाचं संरक्षण करण्यासाठी आवड, रस निर्माण व्हावा म्हणून अशी मोठी आणि विना-फायदा काम करणारी संस्था स्थापना केली पाहिजे, असा निर्णय घेण्यात आला.

'सोसायटी फॉर द प्रॉटेक्शन ऑफ नेचर' ही संस्था १३०० कर्मचारी, दहा हजार सदस्य आणि देशभर पसरलेली २३ प्रत्यक्ष कार्यस्थळं असलेली केंद्रे यांच्या पसाऱ्यासह मोठी आणि बलशाली बनली. ही केंद्रे सरकारच्या मदतीनं स्थापन करण्यात आली. निसर्गसंपन्न स्थळांना प्रत्यक्ष भेट दिल्यानं इस्रायली विद्यार्थ्यांच्या मनावर किती मोठा परिणाम होतो, हे सरकारच्या लक्षात आलं. सोसायटीकडून आयोजित करण्यात आलेल्या निसर्गभेटींना दरवर्षी लाखो लोकांनी प्रतिसाद दिला.

सोसायटीच्या उपक्रमांपैकी महत्त्वाचा भाग होता तो आपल्या स्वत:च्या देशाबद्दलचं आपलं ज्ञान आणि प्रेम वाढवण्यासाठी शालेय विद्यार्थ्यांना प्रशिक्षण देण्याचा; असं केल्यानंच पुढं इस्रायलमधील निसर्गाचे अधिवास वाचवण्यासाठी ही मुलं सक्रिय सहभाग घेऊ शकणार होती.

'सोसायटी फॉर द प्रोटेक्शन ऑफ नेचर' या संस्थेचा चाळिसावा वर्धापनदिन कार्यकारी संचालक डॉ. योसी लेशेम आणि संस्थेच्या मंडळाचे सभाध्यक्ष योआव सागी यांच्या नेतृत्वाखाली साजरा झाला.

बहुतांशी कार्यक्रम हे शास्त्रज्ञ आणि निसर्ग संरक्षणासाठी काम करणारे लोक यांच्या अभ्यासपरिषदांवर आधारित होते. पूर्वी केल्या गेलेल्या कामांचा आढावा घेणे आणि भविष्यकाळातील योजना मांडणे, स्थानिक, राष्ट्रीय आणि वैश्विक पातळीवर निसर्ग आणि पर्यावरण यांचे संरक्षण कसे होईल, याचा विचार करणे; अशा प्रकारचे उद्देश या परिषदांमागे होते. १९९४ मध्ये 'ऑस्लो करार' झाला होता आणि मध्यपूर्वेत शांतीचं वातावरण तयार होणार अशी चिन्हं होती परंतु दुर्दैवानं यातून पुढं काहीच साध्य झालं नाही.

निसर्ग संरक्षण आणि पर्यावरण संवर्धनावर शांतीच्या प्रक्रियेचा होणारा परिणाम यांच्या महत्त्वाकडे इस्रायलमधील तसंच आसपासच्या लोकांचंही लक्ष वेधलं जाईल यासाठी, आम्ही एखाद्या प्रभावी आणि जगप्रसिद्ध अशा व्यक्तीच्या शोधात होतो. अलोना वार्दी (या आता हयात नाहीत) या कार्यक्रमांची आखणी करत असत. त्या 'सोसायटी फॉर द प्रोटेक्शन ऑफ नेचर' या संस्थेच्या सक्रिय सदस्य तर होत्याच; पण त्याशिवाय इस्रायलमधील 'फ्रेंड्स ऑफ तिबेट' या गटाच्या महत्त्वाच्या सदस्यही होत्या. १९९८ मध्ये या गटाचं नाव 'इस्रायल फ्रेंड्स ऑफ द तिबेटन पीपल' (आय. एफ. टी. आय. पी.) असं ठेवलं गेल. अलोना या गटाच्या अध्यक्ष होत्या आणि नाची अलोन हे सोसायटीचे अध्यक्ष होते.

परमपावन दलाई लामा यांना आपले सन्माननीय पाहुणे म्हणून बोलवावं, असं अलोना यांनी सुचवलं; कारण दलाई लामा हे सातत्यानं राष्ट्राराष्ट्रांमध्ये शांती नांदावी म्हणून काम करत असतात. मध्यपूर्व ह्या भागात तीन मुख्य धर्म आहेत. ज्युडाई, ख्रिस्ती आणि इस्लाम हे तीनही धर्म या प्रदेशातील 'शांती' आणि 'पर्यावरण' वाचवण्यासाठी योगदान करू शकतील, यावर भर कसा राहील हे पाहायचं ठरवलं.

समितीतल्या अनेक सदस्यांचा यावर विश्वासच बसला नाही की, दलाई लामांसारखी प्रख्यात व्यक्ती इस्रायलसारख्या लहानशा देशातल्या एका सार्वजानिक संस्थेच्या कार्यक्रमात सहभागी व्हायला तयार होऊ शकेल! परंतु, योआव सागी आणि योसी लेशेम यांनी अलोना वार्दी यांचा प्रस्ताव उत्साहानं मान्य केला आणि

दलाई लामांशी संपर्क साधण्याबद्दल त्यांना प्रयत्न करायला सांगितलं. वॉशिंग्टन मधील तिबेटी संपर्क अधिकारी श्री. तेन्से यांना त्यांनी फॅक्स पाठवला आणि 'सोसायटी फॉर द प्रोटेक्शन ऑफ नेचर' या संस्थेचे पाहुणे म्हणून इस्त्रायलला काही आठवड्यांसाठी भेट देण्याचं दलाई लामा यांनी मान्य केलं आहे, असं सकारात्मक उत्तर काही दिवसांनंतर त्यांना मिळालं. आम्हाला फारच आनंद झाला; कारण १९९२ मध्ये रिओ दि जानी रो, ब्राझील येथे झालेल्या पहिल्या 'अर्थ समिट' (वसुंधरा शिखर परिषद) मध्ये उपाध्यक्ष अल् गोअर यांनी पुढाकार घेतला होता. त्यावेळी दलाई लामा हे प्रमुख वक्त्यांपैकी एक होते. त्यांनी धर्माचे साहाय्य आणि आंतरराष्ट्रीय संबंध यांचा पर्यावरण संरक्षणात महत्त्वाचा वाटा असतो, याबाबत आग्रहाने मत प्रतिपादन केले होते. याच शिखर परिषदेत प्रख्यात संगीतकार आणि संगीत संयोजक पॉल विंटर हेही होते. त्यांच्या 'अर्थ म्युझिक' (वसुंधरेला केंद्रस्थानी ठेवून केलेल्या संगीतरचना) बद्दल त्यांना सहा ग्रॅमी पारितोषिके मिळालेली होती. धोक्यात आलेल्या वन्यजीवनाच्या दैन्यावस्थेकडे लक्ष वेधण्यासाठी ते त्यांच्या संगीतात व्हेल, लांडगे आणि पक्षी यांचे आवाज संगीतरचनांमध्ये मिसळतात. ब्राझीलमधल्या शिखर परिषदेत पॉल विंटर यांनी संगीत सादर केले होते. त्यानंतर एक वर्षानं, १९९३ मध्ये 'सोसायटी फॉर द प्रॉटेक्शन ऑफ नेचर' या संस्थेनं नेगेव्ह वाळवंटातील नाहाल झिन येथे कार्यक्रम सादर करायचे निमंत्रण दिले. या कार्यक्रमाला ९,५०० एवढ्या प्रचंड संख्येनं निसर्गप्रेमींनी आपली हजेरी लावली.

दलाई लामांच्या प्रत्यक्ष भेटीच्या आधी सर्व तयारी करण्यासाठी आणि व्याख्यानं तसंच बैठकांचे बारकावे ठरवण्यासाठी दोन महिने आधी एका गटानं पूर्वतयारी सुरू केली. दलाई लामांच्या भेटीच्या दरम्यान आम्हाला कळलं की, इस्त्रायलला भेट देण्यासाठी त्याच प्रमाणे ज्यू, ख्रिस्ती, मुस्लीम आणि बहाई धर्माच्या नेत्यांना भेटण्यासाठी दलाई लामा गेली वीस वर्षे प्रयत्न करत होते. आता या 'पवित्र भूमी'ला (होली लँड) भेट देणारे असे ते पहिले तिबेटी यात्रेकरू ठरणार होते. विदेश मंत्रालयाला त्यांनी सातत्याने विचारलेलं होतं, परंतु राजकीय दबावामुळं त्यांना भेट देणं कधीच शक्य झालं नव्हतं. आता एका बिनसरकारी संस्थेमार्फत जुळलेल्या नात्याला मात्र ताबडतोब यश मिळालं होतं!

एक आठवडाभर दलाई लामांच्या सहवासात राहायचा सन्मान आम्हाला मिळाला. तिबेटी मित्रांसाठी काम करणारे नाची अलोन हे या कार्यक्रमातील प्रमुख व्यक्ती होते. इस्त्रायलमध्ये दलाई लामांच्या आगमनामुळे प्रसिद्धी माध्यमांमध्ये खूपच उत्सुकता निर्माण झाली. वृत्तपत्रे, आकाशवाणी आणि दूरदर्शन या साऱ्यांनी त्यांच्या संपूर्ण भेटीचे वृत्तांकन केले आणि निसर्गप्रेमी व्यक्तींनी दलाई लामांना इस्त्रायलमध्ये कसं काय आणलं, हेही समजून घेण्याचा प्रयत्न केला. एकंदर सर्वच लोकांना दलाई

लामांमध्ये आणि तिबेटी लोकांच्या हक्कासाठी त्यांच्या चालू असलेल्या संघर्षात प्रचंड रस होता आणि संपूर्ण आठवडाभर तेच आकर्षणाचे केंद्रस्थान बनून राहिले होते!

व्यक्तिगत पातळीवर माझ्यावर त्यांचा प्रभाव खूपच मोठा होता. ते अतिशय बुद्धिमान आहेत. जगाकडे ते व्यापक दृष्टिकोनातून पाहतात आणि वेगवेगळ्या विषयांमधील संबंधांबद्दल ते खूप बुद्धिमानपणे विचार करू शकतात. अशा व्यक्तीचं स्वागत करण्याची संधी आम्हाला मिळाली, हे आमचं सुदैवच! अतिशय प्रख्यात असं व्यक्तिमत्त्व असूनही तसंच जागतिक पातळीवरच्या नेत्यांशी संपर्क असूनही, दलाई लामा प्रचंड सहनशीलता आणि साधेपणा यांच्या योगानं प्रत्येकाशी संवाद साधू शकतात. त्यांच्यातील नर्म विनोदाची जाण मला फार भावून गेली. त्यांची विनोदबुद्धी मृदू आहे, त्याचबरोबर मनाला उन्नत करणारीही आहे.

ज्याला पवित्र शहर म्हटलं जातं त्या जेरुसलेममधील महत्त्वाच्या धार्मिक नेत्यांच्या भेटींनी कार्यक्रमाला सुरुवात झाली. प्रमुख रब्बी, ख्रिस्ती पॅट्रिआर्क (प्रमुख चालक), टेंपल माऊंटचे मुफ्ती आणि वक्फ मंडळाचे सभासद अशी अनेक मंडळी त्यात होती. दलाई लामांनी नेबी शुएब, जेथ्रोचे थडगे या ठिकाणी भेट दिली आणि शेख तारीफ यांना भेटले. रब्बी डेव्हिड रोझेन यांनी धार्मिक नेत्यांशी भेटी-गाठी ठरवल्या होत्या. इलाट या ठिकाणी आम्ही आयोजित केलेल्या परिषदेत दलाई लामा सहभागी झाले आणि उद्घाटनाच्या कार्यक्रमालादेखील उपस्थित राहिले. या कार्यक्रमाला हजारो इस्त्रायली सदस्य आणि जगभरातील निसर्गप्रेमी, पर्यावरणमंत्री योसी सारिद आणि संगीतकार पॉल विंटर हे उपस्थित होते.

इलाट गावाच्या वरच्या बाजूस असलेल्या योआश या डोंगरावर, दुसऱ्या दिवशी पहाटेच्या आधीच दलाई लामा आणि आम्हा काही जणांचा लहानसा गट एवढे जण चढून गेलो. आफ्रिकेतून युरोप आणि आशियात जाण्याच्या मार्गावरून लाखो शिकारी पक्षी या जागेवरून त्यांच्या वसंतातील स्थलांतराच्या वेळी जात असतात. दलाई लामांचे व्याख्यान ऐकण्यासाठी आम्ही या जागेची निवड केली होती; कारण इथून त्यांना पश्चिमेकडे इजिप्त, दक्षिणेकडे सौदी अरेबिया, पूर्वेकडे जॉर्डन आणि उत्तरेकडे इस्त्रायल असे चार देश एकाच वेळी दिसले असते. 'निसर्गाला बंधनं नसतात' हा जो दलाई लामांचा संदेश आहे, त्याचं प्रतीक म्हणून ही जागा उत्तम होती. वाळवंटाच्या मध्यावर, योआश पर्वताच्या शिखरावर ६,००० लोक दलाई लामांचं व्याख्यान ऐकायला जमले. सूर्य उगवण्याच्या वेळी पॉल विंटर यांनी टिपेच्या सॅक्सोफोनवरील संगीत सादर केलं. श्रोत्यांची मनं ते ऐकताना थरारून गेली. त्यानंतर दलाई लामांनी त्यांचे विचार व्यक्त केले. (दलाई लामांचे हे पूर्ण व्याख्यान या पुस्तकातील दुसऱ्या भागात दिले गेले आहे.) श्रोते दलाई लामांचे व्याख्यान ऐकून हेलावून गेले आणि त्यांना कोणी जाऊच देईना. इस्त्रायलमधील

निसर्गप्रेमींसाठी आणि शांतीप्रेमींसाठी मन प्रसन्न करणारा हा अनुभव होता आणि वैशिष्ट्यपूर्ण संदेश होता.

पृथ्वीवरचा सगळ्यात खालचा बिंदू असलेल्या म्हणजे समुद्र पातळीच्या ४०० मीटर खाली असलेल्या मृत समुद्राच्या परिसरात दलाई लामा एक दिवस थांबले. मसादा या जागेला त्यांनी भेट दिली. ही जागा युनेस्कोने 'विश्व वारसा' म्हणून जाहीर केलेली आहे आणि दरवर्षी लाखो लोक इथं भेट देतात. मृत समुद्राच्या किनाऱ्यावर असलेल्या 'आइन गेडी फील्ड स्टडी सेंटर' या संस्थेला त्यांनी भेट दिली. 'सोसायटी फॉर प्रोटेक्शन ऑफ नेचर' या संस्थेतर्फे उभारले गेलेले हे पहिले प्रत्यक्ष अभ्यास केंद्र होते.

पश्चिम नेगेव्हला एक दिवसाची भेट दिल्यानंतर आमच्या संस्थेच्या चाळिसाव्या वर्धापनदिनाचा सोहळा संपला. इजिप्तबरोबरची जी 'शांती सीमा' आहे त्या निझ्झाना भागात अनेक सहभागी सदस्य संध्याकाळी जमले आणि पॉल विंटर यांनी त्यांच्या अद्भुत निसर्ग संगीत रचना ऐकवल्या. वाळवंटातल्या मोकळ्या हवेत २३,००० लोक हा कार्यक्रम ऐकायला उपस्थित होते.

सर्व कार्यक्रमांमध्ये इलाटमधल्या योआश पर्वताच्या शिखरावर दलाई लामांचे जे भाषण झाले ते खरोखर आपल्याला आध्यात्मिकदृष्ट्या उन्नत करणारे असेच होते. त्यातून दलाई लामांबरोबर एक विशिष्ट नातं निर्माण झालं. या भेटीनंतर त्यांनी इस्रायलला तीन वेळा भेट दिली. मार्च १९९९ मध्ये ते जॉर्डनचे राजकुमार हसन यांचे पाहुणे म्हणून आले. सॅन फ्रान्सिस्को मधील रिचर्ड ब्लूम यांच्या उपक्रमांतर्गत आले. रिचर्ड हे स्वत: दलाई लामा आणि त्यांची कामे यांचे अनेक वर्षांचे समर्थक आहेत. जेरुसलेममध्ये ते पुन्हा तीन दिवस वेगवेगळ्या धर्ममतांच्या नेत्याना भेटले. नोव्हेंबर १९९९ मध्ये 'इस्रायल फ्रेंड्स ऑफ द तिबेटन पीपल' या गटानं आयोजित केलेल्या कार्यक्रमासाठी दलाई लामा परत एकदा इस्रायलमध्ये आले. हा कार्यक्रम बेट गॅब्रिएल येथील जुबिलेनियम ऑर्गनायझेशन यांच्यासह होता. आंतरधर्मीय विषयांमधील सुसंवाद वाढावा म्हणून 'गॅलिलीचा समुद्र' या ठिकाणच्या किनाऱ्यावर कार्यक्रम घेण्यात आला. त्या वर्षी दुष्काळ पडलेला होता. मुस्लीम इमाम सारसुर आणि रब्बी मेनाहेम फ्रोमान यांच्यासह गॅलिलीच्या समुद्रकिनाऱ्यावर दलाई लामांनीही पावसासाठी प्रार्थना केली.

फेब्रुवारी २००६ मध्ये बेन गुरियन विद्यापीठ आणि 'इस्रायल फ्रेंड्स ऑफ द तिबेटन पीपल' या संस्थांचे पाहुणे म्हणून दलाई लामा इस्रायलला आले. जेरुसलेम खान (शाटिल ऑर्गनायझेशन), द इस्रायल इन्स्टिट्यूट ऑफ डेमॉक्रसी, बेन गुरियन विद्यापीठ, नेगेव्ह आणि तेल अवीव विद्यापीठ या ठिकाणी त्यांनी व्याख्यानमाला गुंफली. पॅलेस्टिनी अधिकाऱ्यांवर राजकीय दबाव आल्याने बेथलेहेमला ठरवलेली

भेट रद्द केली गेली. त्यामुळे जेरुसलेम येथे मिश्केनोट शा’ अनानिम या ठिकाणी ‘आवाद’ संस्थेतर्फे पॅलेस्टिनी लोकांच्या एका गटाला दलाई लामा भेटले. ही संस्था हिंसाचार रोखला जावा म्हणून काम करते.

सारांश : इस्रायलला दलाई लामांची पहिली भेट हा आम्हा प्रत्येकासाठी अगदी दुर्मिळ आणि गंभीर अनुभव ठरला. त्यांचं व्याख्यान अगदी अंतरंगापर्यंत पोहोचलं. साधं, निष्कपट व्यक्तिमत्त्व, तिबेटी लोकांसाठीची त्यांची तळमळ आणि संघर्ष, निसर्ग तसंच पर्यावरण संरक्षणाची त्यांची जाण हे सारं पाहून इस्रायलमधील सर्व जण प्रभावित झाले. दलाई लामांच्या पंच्याहत्तराव्या जन्मदिनी आम्ही त्यांना दीर्घ आयु आणि आरोग्य चिंतितो, आणि त्यांच्या उपक्रमांना शुभेच्छा व्यक्त करतो.

तिबेटी मित्रांसाठी काम करणाऱ्या संस्थेच्या अध्यक्षा अलोना वार्दी यांनी दलाई लामांच्या चारही इस्रायल भेटींचं यजमानपद स्वीकारलं आणि दलाई लामा आणि इस्रायलचं नातं जुळवून दिलं. त्या अलोना वार्दी यांना हा लेख मी अर्पण करतो.

त्यांची आठवण चिरंतनपणे आम्हाला राहील.

❑

इस्रायलमध्ये दलाई लामा डॉ. योसी लेशेम यांच्यासमवेत

करुणाघन दलाई लामा

डॉ. धैर्यशील शिरोळे

श्रद्धेय दलाई लामा गेली अनेक वर्षे उत्तरेतील 'धरमशाला' ह्या सृष्टिसौंदर्याने नटलेल्या ठिकाणी त्यांच्या अनुयायांसाह राहात आहेत. तिबेटमधून त्यांना घालवून देण्यात आल्यावर त्यांच्या देशबांधवांचे नेतृत्व ते भारतात राहून करीत आहेत. बौद्ध धर्माचा आणि संस्कृतीचा त्यांचा सखोल अभ्यास आहे. जागतिक मान्यता असलेले दलाई लामा शांतता प्रस्थापित करण्यासाठी सतत कार्यरत असतात. समाजाच्या सर्वांगीण उत्थानासाठी भारतात ज्या योजना कार्यान्वित आहेत त्यामध्ये त्यांना रस आहे. बाबा आमट्यांच्या कुष्ठरोगासंबंधीच्या आणि इतर कार्याबद्दल दलाई लामा यांना फार आस्था आहे आणि त्यामुळेच त्यांनी बाबांच्या आनंदवनाला भेट दिली आणि बाबांच्या कार्याची प्रत्यक्ष ओळख करून घेतली.

दलाई लामा आनंदवनाला येण्याआधी अक्षरश: शेकडो मान्यवरांनी आनंदवनाला भेटी दिल्या होत्या. त्यांत थोर राष्ट्रभक्त, समाजधुरीण, राजकीय पुढारी, मोठे कलावंत, न्यायाधीश, वकील, डॉक्टर यांचा समावेश होता. आनंदवनामधील दुर्लक्षित आणि अपंग ह्यांच्याकडून उमेदीने उभे राहिलेल्या परिसराची ओळख झाल्यावर ते सर्वजण आश्चर्यचकित होत. तेथील शेती, हातमाग, कार्यशाळा, अंध विद्यालय, मूकबधिर विद्यालय, उत्तरायण पाहून त्यांना बाबांच्या कार्याची ओळख होई. परंतु, त्यांचा कुष्ठरोगासंबंधीचा भयगंड मनातून नाहीसा होत नसे. आनंदवनामध्ये कुष्ठरोग्यांसाठी एक ३०० खाटांचे प्रशस्त हॉस्पिटल आहे. ज्या कुष्ठरोग्यांना वैद्यकीय मदतीची गरज असते त्यांना ती तेथे दिली जाते. जे कुष्ठरोगी हिंडू, फिरू शकतात आणि काही काम करू शकतात त्यांना शक्य होईल असे काम दिले जाते.

श्रद्धेय दलाई लामांनी जेव्हा आनंदवनला भेट दिली तेव्हा त्यांनी हॉस्पिटलमध्ये राहणाऱ्या रुग्णांबरोबर जास्तीत जास्त वेळ काढला. अनेक कुष्ठरोग्यांना ते अत्यंत प्रेमाने भेटले. बोटे नसलेले हात त्यांनी कनवाळूपणे आपल्या स्वत:च्या हातांमध्ये घेऊन रुग्णांना दिलासा दिला. काहींना त्यांनी प्रेमभराने आलिंगनही दिले. त्या कुष्ठरोग्यांना स्पर्श करून आपल्याला कुष्ठरोग होईल अशी भीती त्यांना अजिबात वाटली नाही.

बाबांना १९९९ सालचा 'गांधी आंतरराष्ट्रीय शांतता पुरस्कार' मिळाला तेव्हा दलाई लामांना कमालीचा आनंद झाला. त्यांच्या २ डिसेंबर १९९९ च्या पत्रात ते

लिहितात, ''मी आपल्या आनंदवनला काही वर्षांपूर्वी भेट दिली होती. तेव्हापासून मला आपल्या कार्याबद्दल अमाप कौतुक आहे. आपण आत्तापर्यंत जे काही केलेले आहे आणि आजही करीत आहात ते पाहून मलाही कार्य करण्याचे स्फुरण येते. आपण करीत असलेल्या कार्यासारखे कार्य भारताच्या खेडोपाड्यात गेले तर भविष्यात आशा आहे.''

दलाई लामांचे नाव एका आंतरराष्ट्रीय शांती पुरस्कारासाठी दक्षिण आफ्रिकेचे अध्यक्ष नेल्सन मंडेला हे राजकीय दबावामुळे सुचवू शकले नाहीत; त्या वेळी बाबांनी दलाई लामांचे नाव सुचविले.

मुंबईत दलाई लामांना 'दिवाली बेन' पुरस्कार देण्यात आला. त्या वेळी केलेल्या भाषणात दलाई लामा म्हणाले होते, ''माझ्याजवळ बाबा आमट्यांना पुरस्कार देण्याची आर्थिक क्षमता नाही; पण आज मला मिळालेला हा पुरस्कार मी त्यांच्याशी वाटून घेऊ शकतो.'' पुरस्कारात मिळालेली बरीचशी रक्कम त्यांनी बाबांना दिली.

दलाई लामांबद्दल बाबा म्हणाले, ''ईश्वराची कृपा म्हणजे काय हे दिसतं ते ज्ञानसागर दलाई लामांच्या व्यक्तिमत्त्वातून. ते फार उन्नत आहेत. या शतकात क्वचितच त्यांच्याइतकं अन्य नैतिक व्यक्तिमत्त्व आढळेल. ते प्रखर बुद्धिमत्ता असलेले असे उन्नत राजनीतिज्ञ आहेत.'' ["He is an ocean of wisdom who represents the glory of God. He has towering stature, a moral stature seldom equalled in the century. He is a revered statesman with great wisdom."]

२६ जानेवारी १९९० साली दलाई लामा आनंदवनला भेट देण्यासाठी आले तेव्हा बाबांच्या खाटेच्या कडेवर बसून त्यांनी अत्यंत जिव्हाळ्याने बाबांच्या प्रकृतीची चौकशी केली. बाबांचे हात आपल्या हातात घेऊन दलाई लामा म्हणाले, ''अपार करुणा ही मातेची तिच्या अपत्यासाठी असलेली परमोच्च भावना आहे. बालकाला मातेच्या शारीरिक स्पर्शाची आवश्यकता तर असतेच, पण त्याहीपेक्षा मातेच्या असीम प्रेमाची जरूर असते. बाबा, तुमच्या कुष्ठरोग्यांना तुम्ही हे दोन्ही दिलेत. मला अतीव आनंद झाला की, आपल्याजवळ अपरंपार प्रेम आहे. बाबा, तुमचे आयुष्य इतके अद्‌भुत आहे, इतके कल्पक आहे की, ह्या तुमच्या जीवनाचे मला अपरंपार कौतुक वाटते. प्रेम, करुणा, दूरदृष्टी यांच्यासारखे शब्द उच्चारले जातात. तेव्हा त्यांना फारसा अर्थ नसतो; पण तुम्ही ह्या शब्दांना आपल्या कार्याने जिवंत केलेत, त्यांना कार्यरत केलेत.'' दलाई लामांनी आपला चष्मा काढला आणि कौतुकाच्या अश्रूंनी भरून आलेले आपले डोळे त्यांनी पुसले आणि भावनावेगाने भारावलेल्या आवाजात ते म्हणाले, ''बाबा, आपल्या ह्या उत्तुंग कार्यासाठी मलाही काही करू द्यात.'' एवढेच बोलून दलाई लामांनी बाबांच्या कार्यासाठी दहा लाख रुपयांचा चेक बाबांच्या हाती दिला आणि दर वर्षी पन्नास हजार रुपये याप्रमाणे पुढील पाच वर्षे देण्याचा मनोदय सांगितला.

९ जानेवारी २००४ साली आदरणीय दलाई लामा आनंदवनात दोन दिवस मुक्कामासाठी आले. नव्यानेच उभ्या केलेल्या 'कृतज्ञता भवन' ह्या वास्तूत त्यांची सोय करण्यात आली. पंधरा वर्षांनंतर दोन थोर समाजधुरीण एकमेकांना भेटत होते. गेल्या पंधरा वर्षांच्या काळात आनंदवनात झालेला बदल जाणून घेण्यास दलाई लामा उत्सुक होते. सर्व प्रकल्प पाहून त्यांनी समाधान व्यक्त केले आणि बाबांच्या कार्यासाठी पाच लाख रुपयांचे योगदान दिले. आनंदवनातील 'स्वरानंदवन' ह्या अंध, अपंग, मूक - बधिर शंभर जणांच्या कलावंतांच्या ताफ्याने दलाई लामांसमोर सुंदर, श्रवणीय, प्रेक्षणीय कार्यक्रम सादर केले. अपंगांचे कलापूर्ण प्रदर्शन पाहून दलाई लामा आनंदले. पलंगावर पहुडलेल्या बाबांच्या शेजारी खुर्चीवर बसून, बाबांचा हात प्रेमभराने हातात घेऊन दलाई लामांनी सर्व कार्यक्रम पाहिला.

दोघांचा संवाद विश्वशांती, धर्माधर्मांतील तेढ, जगात चाललेल्या अन्यायकारक घडामोडी, दुर्लक्षितांच्या अडचणी या विषयांशी निगडित होता. महात्माजींची विचारसरणीच ह्या सर्व अडचणींवर उपाय सुचवू शकेल असे दोघांनाही वाटले. दलाई लामा जरी उच्च कोटीचे धार्मिक विचारवंत असले, तरी त्यांना गरीब जनतेच्या दैनंदिन अडचणींची अगदी डोळस कल्पना होती.

संभाषणाच्या वेळी दलाई लामा बाबांना फळांचा रस घेण्याचा प्रेमाने आग्रह करीत होते. बाबांच्या प्रकृतीसाठी त्यांनी त्यांचे स्वत:चे डॉक्टर बाबांना सल्ला देण्यासाठी हिमाचल प्रदेशातून पाठविले होते. बाबांची प्रकृती उत्तम राहावी म्हणून दलाई लामा कृतिशील होते हे पाहून बाबा सद्गदित झाले. बाबा म्हणाले, 'सर्व ऋतुंना आनंदाने सामोरे जात त्यांचे आयुष्य कालक्रमणा करीत आहे.'

संभाषणाच्या ओघात दलाई लामा म्हणाले, ''हे जग परिपूर्ण नाही; सुख आणि दु:ख ह्या गोष्टी सापेक्ष आहेत. नि:स्वार्थीपणा आणि परहितबुद्धी हे गुण मला मोहून टाकतात.'' मानवी मूल्यांच्या वाढीसाठी दलाई लामा यांनी ''फाऊंडेशन फॉर युनिव्हर्सल रिस्पॉन्सिबिलीटी'' स्थापन केले आहे. त्यांची अशी दृढ धारणा आहे की, पुढील काही शतके तरी जगात धर्माला स्थान असणार आहे आणि काही ठिकाणी थोड्याफार प्रमाणात जातीय तेढ राहणार आहे. खरा धर्मच क्षमा, सहिष्णुता आणि करुणा शिकवू शकेल. शास्त्रज्ञ समाजाच्या भावना बदलू शकत नाहीत, ते कार्य फक्त धर्मच करू शकेल.

दलाई लामा आनंदवनाचा निरोप घेताना म्हणाले, ''आजची खरी गरज प्रेमाने ओथंबलेले हृदय आणि मानवहितपरायणता हीच आहे.''

ह्या शतकातील दोन थोर महर्षींची ती भेट सर्वांनाच भारावून गेली.

□

पूर्वप्रकाशित

परमपावन दलाई लामांबरोबरच्या भेटीची स्मरणचित्रे

डॉ. डेनीज एम्. ग्लोव्हर

हवाई बेटांच्या स्वर्गतुल्य भूमीवर परमपावन दलाई लामांबरोबर माझी भेट घडून आली, हे माझं सद्भाग्य! ही भेट झाली एप्रिल १९९४ मध्ये. दलाई लामांना हवाई बेटांना भेट द्यायची होती, त्यासाठी व्यवस्था करणाऱ्या संयोजक समितीवर मी पूर्ण एक वर्षभर खूप कष्ट घेऊन काम केलं होतं. अनेक कार्यक्रमांची आखणी करण्यात आली होती. त्यात, मोठं असं एक सार्वजनिक व्याख्यान होतं; शिक्षणतज्ज्ञ आणि सामाजिक नेत्यांबरोबर एक कार्यशाळा होती; आणि हवाई बेटांवरची जी स्थानिक नेते मंडळी होती, त्यांच्यासह एक स्नेहभेट होती. आशीर्वचनांचा कार्यक्रम होता. या साऱ्या कार्यक्रमांचं संयोजन तसंच दलाई लामांसाठी सुरक्षा व्यवस्था हे सारं प्रचंड काम होतं. हवाई राज्य किंवा होनोलूलू शहरातील व्यवस्थापनानं दलाई लामांना कुठल्याही देशाचे प्रमुख म्हणून मान्यता दिलेली नव्हती आणि त्यामुळे त्यांच्याकडून कोणतीही सुरक्षाव्यवस्था पुरवण्यात आली नाही. आमच्या समितीलाच सुरक्षा व्यवस्थेचा शोध घेऊन भाड्यानं माणसं घ्यावी लागली.

दलाई लामा यांचं होनोलूलू येथे आगमन झाल्यानंतर, हॉटेलवरती जाऊन त्यांचं स्वागत करण्याचं तसंच त्यांचे आशीर्वाद घेण्याचं सुदैव लाभलेल्या मंडळींपैकी मी एक होते. त्यांच्या सहवासात माझ्या मनात किंचितसा ताण होता पण शांतही वाटत होतं. मला ल्हासातील जी तिबेटी बोलीभाषा येत होती ती जरा आणखी चांगली येत असती तर बरं झालं असतं, असं मला वाटून गेलं. म्हणजे त्या पहिल्या भेटीच्या वेळी, मी त्यांच्या स्वत:च्या भाषेत अधिक बोलू शकले असते. अर्थात्, त्यानं फार मोठं काही साध्य झालं असतं, असं नव्हे! त्यांचं चमकदार स्मित आणि ज्या कृपेनं त्यांनी मला आशीर्वाद दिले तेच खूप खूप होतं.

एका आठवडाभराच्या भेटीच्या दरम्यान त्यांच्या आसपास असलेल्या लोकांच्या वर्तनातील लक्षणीय फरक मला जाणवत गेला. उदाहरणच द्यायचं झालं तर सुरक्षा रक्षकांचं देता येईल. हे सगळे सुरक्षारक्षक अतिशय कडक, गंभीर आणि ताठ - कणखर शरीरयष्टीचे होते. सार्वजनिक क्षेत्रात अगदी आदर्श असं त्यांचं काम होतंच होतं; परंतु हॉटेलमध्ये 'पडद्यामागे' किंवा 'लोकांच्या दृष्टिआड' असतानाही ते तसेच

गंभीर, कडक होते. परंतु, दलाई लामांच्या सहवासात तीन दिवस उलटल्यानंतर, त्यांच्यात जाणवेल इतका फरक दिसला. ते सारेजण अधिक आनंदात, खुशीत काम करताना दिसू लागले. कधी कधी तर चक्क त्यांना पेंगुळल्यासारखंही होऊ लागलं! दलाई लामांचा सहवास ज्यांना लाभला आहे, त्यांच्यावर जाणवेल इतका परिणाम होताना दिसतो.

आयोलानी राजवाडा येथे जो आशीर्वचनांचा कार्यक्रम आयोजित करण्यात आला होता. त्या वेळचा एक प्रसंग मला स्पष्टपणे आठवतो. आयोलानी राजवाडा म्हणजे हवाई बेटांची जी शेवटची राणी होती, तिचं नाव होतं - राणी लिली युओकालानी. तिचं ते पूर्वीचं निवासस्थान होतं. दलाई लामा कार्यक्रमाच्या जागी आले, तेव्हा त्यांना एका माणसानं नमस्कार केला. त्याचे कपडे, केसांची पद्धत आणि एकंदर त्याचं दिसणं या साऱ्यांवरून तो चिनी वाटत होता; आणि नंतर त्याच्या बोलण्यावरून तो चिनीच होता हे सिद्ध झालं. दलाई लामा थांबले आणि त्यांनी त्या माणसाकडे हसून पाहिलं; त्यानंतर ते त्याला 'नि हाओ!' (हॅलो) म्हणाले आणि आपले आशीर्वाद त्याला दिले. त्याला विलक्षण आनंद झाला आणि सतत लवून तो दलाई लामांना नमस्कार करत राहिला. आता दलाई लामांबद्दल अधिकाधिक वाचन केल्यानंतर या घटनेचं मला फार आश्चर्य वाटतं असं नाही. परंतु हे सारं मला अद्‌भुत मात्र नक्की वाटतं. तिथल्या समारंभासाठी चिनी लोकांचा एक गट आला होता. ही सारी जण दलाई लामांच्या उपस्थितीत निदर्शनं करायला आलेली असतील की काय, या चिंतेनं आम्ही मात्र काळजीत पडलेलो होतो. परंतु, तसा कुठलाही अनुचित प्रकार तिथं घडला नाही. स्थानिक पातळीवरील हवाई बेटाचे नेते आणि दलाई लामा यांच्यात संस्मरणीय अशी वैचारिक देवाणघेवाण या कार्यक्रमांतर्गत झाली. काता (पांढरा स्कार्फ) आणि टी (ti) या पानांमध्ये गुंडाळलेल्या भेटवस्तू दिल्या - घेतल्या गेल्या. विविध प्रकारचे मंत्र म्हटले गेले. (मला अर्थात् त्या पठणाचे शब्द मात्र आठवत नाहीत.) जगाच्या दोन प्रचंड भिन्न अशा भागांमधील या महत्त्वाच्या अशा सांस्कृतिक आणि राजकीय पार्श्वभूमीच्या प्रतिनिधींमध्ये नातं निर्माण झालं होतं. भौगोलिक भिन्नता होती पण त्यात समान श्रद्धेचे धागेही होते. याच दौऱ्याच्या वेळी हवाई बेटांवरील बिग आयलंड येथे जाताना विमानात मला पुन्हा दलाई लामांच्या संपर्कात राहाता आले. तिथं त्यांचंचं व्याख्यान होतं; मला आणि अन्य बऱ्याच जणांना त्याची माहिती होती. एकाच विमानातून त्यांच्यासह जाण्याचा आनंद मला होता. माझ्या एक चिनी मैत्रिणीकरिता म्हणून त्यांची स्वाक्षरी (आणि पर्यायानं आशीर्वाद) मिळावी म्हणून विनंती करण्याची संधीही मला तेव्हा मिळाली. तिच्यासाठी आणि माझ्यासाठीही त्यांनी आनंदानं स्वाक्षरी दिली. माझी चिनी मैत्रीण आणि दलाई लामा यांच्यात नातं निर्माण करण्यात मी निमित्त ठरले आणि आनंदानं माझ्या

डोळ्यात पाणी तरळलं. दलाई लामांचं व्याख्यान ऐकायला येण्याची तिला फार इच्छा होती. परंतु कोणकोणते चिनी नागरिक दलाई लामांच्या व्याख्यानाला उपस्थित राहतात, यावर चिनी हेरांकडून पाळत ठेवली जाण्याची धास्ती तिला वाटत होती. परंतु, दलाई लामांनी मात्र तिच्यासाठी सदिच्छा व्यक्त केल्या. (नंतर ही माझी चिनी मैत्रीण दलाई लामांची स्वाक्षरी मिळालेली पाहून हरखून गेली.)

यानंतर एक महिन्याने, मे १९९४ मध्ये माझे पती आणि मी, आमच्या चार तिबेटी भिक्खू मित्रांबरोबर ल्हासाला गेलो. त्यावेळी आम्ही पोताला राजवाडा पाहिला. आपला देश सोडून जाण्याआधी दलाई लामा याच राजवाड्यात राहात होते. त्याशिवाय नोर्बुलिंगका (दलाई लामांचे उन्हाळी निवासस्थान असलेला राजवाडा) आणि त्या भागातील अन्य बौद्ध मठ पाहिले. त्याचप्रमाणे अतिशय लहान वयाच्या आणि नुकत्याच अभिषेक झालेल्या सतराव्या कर्मापांना, उत्तर ल्हासातील त्सुरफू मठात भेटलो. हे कर्मापा म्हणजे तिबेटी बौद्ध धर्मातील काग्यु पंथाचे प्रमुख होत. पुढे १९९९ मध्ये हे कर्मापा देखील 'जगाचं छप्पर' असलेली तिबेटची भूमी सोडून साहसानं भारतात निघून गेले. भारतातील महत्त्वाच्या धार्मिक व्यक्ती तसेच खुद्द चौदावे दलाई लामा यांच्याकडून शिक्षण घेण्यासाठी त्यांनी ही जोखीम पत्करली. या दोन्ही सत्शील, पवित्र माणसांना भेटण्याचं भाग्य मला मिळाल्यानं, कर्मापा आणि दलाई लामांमध्ये जे काही अलौकिक नातं असेल त्याची खोली मला व्यक्तिश: समजू शकते.

धार्मिक, सांस्कृतिक, राजकीय किंवा अन्य कुठलेही मतभेद असोत, ते दूर करण्याची दलाई लामांमधील क्षमता आणि सहनशीलता तसंच करुणा ही मूल्यं जपण्याचं त्यांचं धैर्य हे खरोखर विलक्षण अलौकिक आहे. त्यांच्या सहवासात आलेल्या साऱ्यांना ते, जो आनंद देऊन जातात, तोही खरंच फार अविस्मरणीय आहे.

परमपावन दलाई लामांना त्यांच्या पंच्याहत्तराव्या जन्मदिनाच्या शुभेच्छा! आपल्याला दीर्घायुष्य लाभो आणि आपल्या अस्तित्वाने आम्हाला आपले आशीर्वाद मिळत राहोत.

□

दलाई लामा आणि भारत

श्री. दलीप मेहता

गेली चव्वेचाळीस वर्षं आपल्या भूमीवर दलाई लामांचं अस्तित्व लाभण्याचं भाग्य आपल्या भारताला मिळालेलं आहे. (सद्य लेख २००४ सालामध्ये लिहिला गेला आहे.) श्रेष्ठ अशा आध्यात्मिक नेत्यांना फुलू देणारी भूमी म्हणून दीर्घकाळापासून भारताची ख्याती आहेच; ज्या ज्या लोकांचा छळ झाला, गांजणूक झाली त्यांना या भूमीवर आश्रय मिळाला आणि यथावकाश त्यांना डोक्यावर छप्पर मिळालं. भारताची म्हणून जी खास बहुरंगी, बहुसांस्कृतिक अशी सामाजिक ठेवण आहे, त्यात जणू समृद्ध नक्षीकामाची भर पडावी, असंच हे काम आहे. १९५९ सालच्या मार्चमध्ये दलाई लामा आश्रयार्थ इथं आले अन् त्यांच्यामागून त्यांचे हजारो लोक आले. प्राचीन परंपरा जतन करणाऱ्या या लोकांचं भारतानं प्रेमानं स्वागत केलं.

तिबेट या स्वत:च्या देशात दलाई लामांना ईश्वर - राजा म्हणून आदर दिला जात होता; पण बाहेरच्या जगाला त्याबद्दल फारच थोडी माहिती होती. तिबेटमधून हद्दपार झाल्यानंतर, गेली अनेक वर्षं दलाई लामा भारतात राहात आहेत आणि या काळात जगातले सर्वात जास्त प्रेम आणि आदर लाभलेले असे नेते, ते ठरले आहेत. त्याचबरोबर हे ही महत्त्वाचं आहे की त्यांनी तिबेटी लोकांच्या उत्कट इच्छा आकांक्षा जागृत ठेवण्यात आणि तिबेटची वैशिष्ट्यपूर्ण संस्कृती जपण्यात त्यांना यश आलेलं आहे. तत्त्वांना ठाम चिकटून राहणं आणि त्याच वेळी आता मातृभूमी म्हणून स्वीकारलेल्या भारत देशाच्या कल्याणात धोके निर्माण न होऊ देणं, ही नाजूक पण अवघड कसरत त्यांना साधलेली आहे. तसंच त्यांनी निश्चितपणे दाखवून दिलेलं आहे की, तिबेटी समाज, फक्त भारतातच नव्हे, तर जगात अन्यत्र विखुरलेला असला तरी आधुनिक जगात त्यानं विकास आणि प्रगती करून घेतली आहे; त्याचबरोबर आपल्या परंपरांच्या मुळांना तिबेटी जनता घट्ट धरून राहिलेली आहे. निर्वासित म्हणून आल्यावर भारतात आपल्या स्वातंत्र्याचा शोध घेताना दलाई लामांनी जे काही साध्य केलेलं आहे ते खूप मोठं आहे. तिबेटमधून निसटून जाण्याची वेळ जर नियतीनं त्यांच्यावर लादली नसती, तर कदाचित् एवढं मोठं यश त्यांना मिळालंही नसतं.

१९५० मध्ये चीननं तिबेटवर स्वारी केली आणि तिथं कब्जा मिळवला. १९५९ सालात ल्हासा इथं जो तिबेटी राष्ट्रीय उठाव झाला तो चीननं निर्दयपणे दडपला. त्यामुळे दलाई लामांना भारतामध्ये राजकीय आश्रयार्थ येणं भाग पडलं. नंतरच्या उलथापालथीच्या काळात चीननं पद्धतशीरपणे तिबेटची संस्कृती आणि सभ्यता नष्ट करायला सुरुवात केली. तिबेट हा चीनच्या गणराज्याचा अविभाज्य असा घटक बनून राहावा, त्याला कुठलंही वैशिष्ट्यपूर्ण आणि स्वतंत्र अस्तित्व राहूच नये, हा उद्देश चीनच्या दडपशाही धोरणामागे होता.

तिबेटच्या वैध अस्तित्वाबद्दल वेगवेगळी मते आहेत; परंतु, अनेकांसह दलाई लामा हे खात्रीशीरपणे मत मांडतात की, 'संपूर्ण इतिहासात तिबेट हा स्वतंत्र देश म्हणून राहिलेला दिसतो आणि तिबेट हा कधीही अन्य कुणाचा घटक नव्हता. इतर काही देशांप्रमाणे तिबेटवर आक्रमणे झाली आणि भूभागावर ताबा मिळवला गेला. त्यामुळे १९५४ साली 'तिबेट हा चीनचा भाग आहे' असं सांगणारा करार झाला. याने तिबेटची राजकीय आणि ऐतिहासिक ओळखच बदलून गेली. अधिकृत करारात 'चीनचा भाग असलेला तिबेट' असा तिबेटचा उल्लेख करून, तिबेटवर चीनचं सार्वभौमत्व असण्याला वैधता मिळाली.

ते काहीही असलं तरी, दलाई लामांनी राजकीय आश्रयासाठी जी विनंती केली ती नेहरूंच्या सरकारकडून ताबडतोब मान्य केली गेली आणि मार्च १९५९ च्या शेवटी ते आले, तेव्हा त्यांचं सन्मानपूर्वक स्वागत करण्यात आलं. तेव्हापासून दलाई लामा भारतातच राहात आहेत, तिबेटमधील आणि तिबेटबाहेर राहणाऱ्या त्यांच्या लोकांना प्रेरणा देत आहेत. तसंच स्वातंत्र्यासाठीची ऊर्मी, चेतना ते जिवंत ठेवत आहेत. नेहरूंचा निर्णय निश्चितपणे अवघड प्रकारचा होता; कारण चीनबरोबर अगोदरच अवघड असलेले संबंध या घटनेमुळे आणखी गुंतागुंतीचे होऊ शकतात, ही पुरेपूर जाणीव त्यांना होती. त्याचबरोबर आशियात शांतता राहण्यासाठी भारत आणि चीनमध्ये मैत्रीपूर्ण संबंध असले पाहिजेत याचंही त्यांना भान होतं. अर्थात दलाई लामांना दिलेला राजाश्रय एवढंच एक कारण दोन देशांमधले संबंध जरा कडू होण्यामागे होतं असं अजिबात नाही. भारत - चीनमध्ये अनेक वर्षांपासून चकमक घडत आलेली आहे. दलाई लामांना दिलेल्या आश्रयाबद्दल मात्र चीनने भारताला कधीही क्षमा केलेली नाही.

दलाई लामांनी आत्यंतिक नाखुशीने तसंच आपल्या सल्लागारांशी भरपूर वाद घालून आपला देश सोडला होता. कारण आपल्या सहा दशलक्ष देशबांधवांना मागे सोडून येण्याचा निर्णय सोपा नव्हता. या देशबांधवांनी त्यांना त्यांचा 'ईश्वर' आणि 'राजा' मानलेलं होतं. तसंच त्यांच्यालेखी कठीण काळातील रक्षणकर्ता आणि एकमेव आशा म्हणजे दलाई लामा होते. तरीही अखेरीस दलाई लामांना असा

विश्वास वाटला की, भारतात मिळालेल्या स्वतंत्रतेमुळे ते त्यांच्या लोकांसाठी आणि देशासाठी अधिक काम करू शकतील. ते जर तिथंच राहिले असते तर ल्हासातील चिनी लोकांनी त्यांच्यावर गुदमरून टाकतील एवढी बंधनं टाकली असती. या कारणांमुळे शेवटी ते देश सोडून जायला राजी झाले.

भिक्खूंच्या मठांचं, मध्ययुगीन असं तिबेटमधलं विश्व पार टाकून देऊन वयाच्या जेमतेम चोविशीत दलाई लामा अचानक एका वेगळ्या गजबजाटाच्या विश्वात ढकलले गेले. या विश्वातल्या नामवंत खेळाडूंपैकी काही जण होते पंडित नेहरू, माओ छे-तुंग, चाऊ एन लाइ; आणि इथं होती उच्च पातळीवरची अशी देशादेशांमधल्या नात्यांची गुंतागुंत. अशा या क्लिष्ट जगात अगदी अननुभवी असलेल्या दलाई लामांनी आपली दोन उद्दिष्टं साधण्याचा प्रयत्न केला. त्यातील एक म्हणजे तिबेटसाठी स्वातंत्र्य आणि दुसरं म्हणजे त्यांच्या देशाच्या धार्मिक आणि सांस्कृतिक परंपरांचे संरक्षण आणि त्यांत सातत्य राखणं. आपल्या राजकीय कारकिर्दीच्या सुरुवातीच्या काळातच त्यांना उमजून चुकलं होतं की, हिंसा आणि बळाचा वापर यामुळे बलाढ्य चीनला कधीच पराभूत करता येणार नाही. महात्मा गांधींचे ते मोठे चाहते होते. महात्मा गांधींकडूनच दलाई लामा शिकले की, अहिंसा हा राजकारण चालवण्याचा एकमेव मार्ग आहे. अहिंसा काही निष्क्रिय प्रतिसाद नव्हे; तर अहिंसेसाठी गरज असते श्रेष्ठ अशा नैतिक सामर्थ्याची आणि अहिंसा हे शस्त्र बळाच्या वापरापेक्षाही जास्त परिणामकारक ठरत असतं.

भारतात आल्यानंतर लवकरच दलाई लामांनी आश्रयार्थी म्हणून राहताना आपलं सरकार स्थापन केलं. याला भारत सरकारची औपचारिक मान्यता कधीच नव्हती; परंतु, त्याच्या कामांमध्ये अडथळा मात्र कधीच आणला गेला नाही. दलाई लामांनी स्वत: म्हटलं आहे की, त्यांच्या काही दृष्टिकोनांना भारत सरकारचा कठोर विरोध असतो पण तरीसुद्धा त्यांचं मत नाकारण्याची किंवा व्यक्त करायला बंदी करण्याची गळचेपी कधीच केली गेली नाही.

दलाई लामांनी आणि त्यांच्या तिबेटी माणसांनी त्यांचं स्वत:चं आयुष्य कसं घालवावं, यामध्ये दिल्लीतून कधीही ढवळाढवळ केली गेली नाही. नेहरूंनी दलाई लामांना सांगितलं होतं की, 'भारत हा मुक्त देश आहे म्हणून आपल्या स्वत:च्या सदसद्‌विवेकबुद्धीला आदर्श ठेवून त्यांना जगण्याचं पूर्ण स्वातंत्र्य आहे.' आता दलाई लामांच्या सरकारला 'सेंट्रल तिबेटन ॲडमिनिस्ट्रेशन' असं म्हटलं जातं. बारा एक देशांमध्ये विखुरला गेलेला असा जो १००००० संख्येच्या वर जाईल एवढा जो तिबेटी समाज आहे, त्यांच्या भवितव्याला दिशा देण्याचं विविधांगी काम या सरकारची कार्यकारिणी करत असते.

गेल्या अनेक वर्षांमध्ये स्वतंत्र भारतातील प्रत्येक पंतप्रधानांसह दलाई लामांचा

संपर्क, संवाद घडून आलेला आहे. काही जणांबरोबरची ओळख खूप निकटतम होती तर काही जणांबरोबर संपर्क औपचारिक आणि सुयोग्य असा राहिला. तसं असलं तरी, सर्वच पंतप्रधानांनी दलाई लामांबद्दल उच्च प्रतीचा आदर व्यक्त केलेला आहे. भारतीय राजकारणातील काही व्यक्तिमत्त्वांबद्दल दलाई लामा विशेष स्नेहानं आठवण काढतात. राजगोपालाचारी, राजेंद्र प्रसाद, जयप्रकाश नारायण आणि आचार्य कृपलानी यांच्याशी त्यांचे घनिष्ठ संबंध होते. लालबहादुर शास्त्री हे त्यांच्या मते वैशिष्ट्यपूर्ण असे नेते होते आणि आपणा स्वत:वर त्यांचा खूप प्रभाव पडला असं ते म्हणतात. क्लिष्ट अशा राजकीय गुंतागुंतीमुळे नेहरूंबरोबर झालेल्या चर्चेतून क्वचित्प्रसंगी नैराश्य आणि विफलता त्यांना जाणवत असे. परंतु, दलाई लामांनी नेहरूंमधील श्रेष्ठ अशी मानवता, मुक्तता आणि औदार्य या सद्‌गुणांची मुक्त कंठानं प्रशंसा केली आहे. इंदिरा गांधींबरोबर त्यांची अतिशय जवळची ओळख होती. इंदिरा गांधींचा त्यांच्यावर अतोनात विश्वास होता आणि राज्यांबद्दलच्या संदर्भातील आपली मतं त्या दलाई लामांकडे विश्वासानं व्यक्त करत असत.

भारतीय नेतृत्वाशी आपला संपर्क राखताना दलाई लामांनी कायमच भारतातील संवेदनशीलता आणि राष्ट्रीय हित यांचे भान राखले आहे. आपली ध्येयं साध्य करताना त्यांनी याची काळजी घेतली आहे. त्याचप्रमाणे भारतीय जनता आणि भारत सरकारकडून त्यांना जी आपुलकी आणि आदरातिथ्य दाखवले गेले, त्याबद्दल त्यांनी न चुकता आपली प्रचंड कृतज्ञता व्यक्त केलेली आहे. नेहरूंबरोबर दलाई लामांचा जो पहिला संपर्क घडून आला, तेव्हा दलाई लामांचा तो पहिलाच खऱ्याखुऱ्या राजकारणी विश्वातील पहिला प्रसंग होता. राजकीय क्षेत्र किती कठोर असतं आणि राष्ट्रीय सुरक्षेकरिता अधिक सुयोग्य गोष्टी व्हाव्यात म्हणून या क्षेत्रात नीतिविषयक आणि सदाचारविषयक विचारांना कसं वाकवावं लागतं, याचाही त्यांना पहिला थेट अनुभव मिळाला. नेहरूंमधील मानवतावाद मोठा होता आणि तिबेटी लोकांच्या कल्याणाबद्दल त्यांना खरीखुरी तळमळ होती आणि देशाच्या दृष्टिकोनातून नेहरूंसाठी चीनबरोबरच्या नातेसंबंधानाही महत्त्व होतं. दलाई लामांना भारतात आश्रय देऊन नेहरूंनी फार महत्त्वाचा आणि खरं तर दलाई लामांचे प्राण वाचवण्याचा मोठा निर्णयही घेतला होता, याचा दलाई लामांना कधीही विसर पडलेला नाही. या निर्णयाचे परिणाम काय होतील आणि भारतात आलेल्या ८०,००० तिबेटी निर्वासित लोकांचं पुनर्वसन करायचं म्हणजे किती अवघड काम आहे, याचं नेहरूंना पूर्ण भान होतं; जाणीव होती.

गेली अनेक वर्षं आपल्या देशाचे वैध हक्क सुरक्षित राहावेत, या आशेनं चिनी नेतृत्वाकडे दलाई लामांनी सूचना पाठवल्या आहेत. या सूचनांमधील निकष हे त्यांच्या स्वत:च्या मते वास्तववादी आहेत आणि चिनी सरकारला मान्य व्हायला हरकत नाही असे आहेत. उदाहरणार्थ, १९८७ सालच्या सप्टेंबर महिन्यात त्यांनी

'युनायटेड स्टेट्स काँग्रेस' मध्ये भाषण करताना, पाचकलमी शांती योजना मांडली होती. तिबेटची समस्या कायमस्वरूपात सोडविण्यासाठी ही योजना आधारभूत आहे, असं अद्यापही दलाई लामा मानतात. या कलमांमध्ये आवाहन केलेलं आहे की, 'तिबेट' ही शांती आणि अहिंसेची भूमी करण्यात यावी. चीनमधून तिबेटमध्ये लोकांना आणून वसविले जात आहे आणि त्यामुळे तिबेटचे लोकसंख्यात्मक वैशिष्ट्यंच बदलले जाऊ लागले आहे. हा प्रकार थांबवला जावा. तिबेटमधील लोकांचे मूलभूत मानवी हक्क आणि लोकशाहीप्रधान स्वातंत्र्य यांना आदर मिळावा. तिबेटमध्ये केलेल्या अण्वीय प्रकल्पांवर बंदी घातली जाऊन तिबेटच्या पर्यावरणाचे संरक्षण व्हावे आणि तिबेटचे भविष्य आणि तिबेटी व चिनी लोकांमधील संबंध याबाबतीत प्रामाणिक तळमळीने चर्चेला सुरुवात व्हायला हवी. ह्या सर्व खरं खूप माफक आणि योग्य सूचना आहेत; परंतु, 'दलाई लामा देशाचे विभाजन करू पाहत आहेत.' असा आरोप करून चिनी लोकांनी आपली प्रतिक्रिया व्यक्त केलेली आहे.

चिन्यांच्या हटवादी भूमिकेमुळे एक दशकभर चीन व तिबेटमधील सर्व संवादच तुटून गेला. या दीर्घ काळानंतर २००२ सालात दलाई लामांच्या दूतमंडळाने बीजिंगला भेट दिली. तिबेटी लोकांच्या दृष्टिकोनातून या भेटीमुळे काय साध्य झालं? तर मध्यम मार्ग काय आहे, ते चिनी नेतृत्वाला स्पष्ट करून सांगण्याची संधी दलाई लामांना मिळाली. चीनच्या गणराज्यात राहून तिबेटमध्ये तिबेटी लोकांचे स्वयंशासन असले पाहिजे, हा मध्यम मार्गाचा गर्भितार्थ होता. दलाई लामांनी 'मुक्ती' आणि 'स्वातंत्र्य' यांच्यामध्ये फरक केलेला आहे. कारण काळाची गरज आणि व्यावहारिक दृष्ट्या सयुक्तिक काय आहे, ते जाणून घेणं हे त्यांच्या स्वभावाचं वैशिष्ट्य आहे. त्यांना कळून चुकलेलं आहे की, पूर्ण स्वातंत्र्य मिळणं हे काही फारसं शक्यच नाही. मध्यम मार्ग विचारांनुसार, तिबेटच्या विदेशी आणि सुरक्षाविषयक योजनांवर चीनचा ताबा राहील; तर अंतर्गत कार्यकारिणी, व्यवस्थापन, संस्कृती आणि धर्मविषयक बाबी आणि अर्थकारण यांच्या संदर्भातील गोष्टींची व्यवस्था तिबेटी लोकांकडे राहील. दुसऱ्या शब्दांत सांगायचं तर दलाई लामांनी चीनपासून तिबेटच्या मुक्ततेची आणि विभाजनाची मागणी केलेली नाही. परंतु, त्यांच्या मध्यम मार्गाच्या विचारसरणीमुळे संपूर्ण तिबेटचा भाग आणि तिथले सहा दशलक्ष लोक यांना किमान आपली वैशिष्ट्यपूर्ण संस्कृती, धर्म आणि जीवनपद्धती यांचे संरक्षण करण्याची मुभा तरी मिळू शकेल.

१० मार्च रोजी दिल्या जाणाऱ्या वार्षिक निवेदनात दलाई लामांनी संवादाची गरज अधोरखित केलेली आहे; कारण बौद्धिक आणि मानवी असा मतभेद मिटवण्यासाठी संवाद हाच एकमेव सुयोग्य मार्ग कामी येतो. त्याचप्रमाणे 'संवादामुळेच दशकांची कटुता, अविश्वास आणि दुष्टतेमुळे उफाळून येणारी चीड हे सारं मागे पडतं आणि

समता, मैत्री आणि परस्परांच्या कल्याणावर आधारित असं नवीन नातं निर्माण करता येतं. त्यांनी एका गोष्टीकडे लक्ष वेधून घेताना सांगितलं, 'आपण जेव्हा जगाकडे दृष्टिक्षेप टाकत असतो. तेव्हा दिसतं, भिन्न समूहांमधील संघर्षांची मुळं अशा काही पद्धतीने उफाळून येत असतात की, त्यांच्यावर मार्ग शोधणं महत्प्रयासाचं काम होऊन बसतं, याकडे दुर्लक्ष करता येत नाही.' 'दलाई लामांना अशी आशा आहे की, चीनमधील नवीन नेतृत्व हे अधिक माणुसकीचं आणि मध्यम मार्गाच्या विचारसरणीत रुजलेल्या तिबेटच्या आशा-आकांक्षांना समजून घेणारा दृष्टिकोन ठेवणारं असेल. एवढं असूनही, चीन अतर्क्य राहिलेला आहे. अनेक जणांना असं खात्रीनं वाटतं की, सध्याच्या दलाई लामांचा मृत्यू होण्याची वाट पाहत चीन निव्वळ संधिसाधू धोरण ठेवत आहे. या दलाई लामांचा मृत्यू झाल्यावर स्वत:च्या मर्जीनं पुढचा असा वारसदार चीन ठरवील की, जो केवळ त्यांच्या आज्ञा पाळणारा असेल.

आपले लोक आणि देश यांच्या दुर्दशेबद्दल जागतिक पातळीवर विवेकबुद्धीचं जागरण करण्यात दलाई लामांना खूप यश आलेलं आहे. जगाच्या नजरेत तिबेटची समस्या महत्त्वाची आहे. परंतु, थेट पाठिंबा देण्यामध्ये विविध देशांची सरकारं अद्यापी अडखळत आहेत. तिबेटसाठी काम करणाऱ्या बिनसरकारी संस्था निर्माण झालेल्या आहेत. त्यापैकीच एक आहे. 'इंटरनॅशनल कॅंपेन फॉर तिबेट'. ही संस्था 'तिबेटी लोकांच्या ज्या वैध अपेक्षा' आहेत त्यांना पाठिंबा मिळावा म्हणून विविध सरकारी धोरणांवर प्रभाव पाडण्याचा प्रयत्न करते. दलाई लामांच्या शांत, सातत्यानं चालू ठेवलेल्या प्रयत्नांमुळे तसंच वादविवाद आणि चिथावणीकारक अशी कुठलीही कृती नसल्यामुळं, तिबेटी जनतेला जगभर मित्र आणि पाठिराखे मिळालेले आहेत. अथक अशा ऊर्जेनं ते आपल्या कामासाठी जाणीव निर्माण करण्यासाठी तसंच पाठिंबा मिळवण्यासाठी जगातील असंख्य देशांमध्ये जात असतात आणि हे काम करताना त्यात हाडवैराची भावना नसते आणि दोषारोप करण्याचा लवलेशही नसतो. सर्वात अवघड अशी समस्या सोडविण्यासाठी त्यांनी जो शांतीपूर्व आणि अहिंसात्मक दृष्टिकोन ठेवला आहे, त्याची दखल घेत १९८९ साली त्यांना शांतीसाठी असलेलं नोबेल पारितोषिक मिळालं. ते स्वत: ज्या सर्व महत्त्वाच्या आध्यात्मिक मूल्यांचं प्रतिनिधित्व करतात, त्याला आंतरराष्ट्रीय मान्यता मिळाल्याचंही या पारितोषिकाच्या निमित्तानं व्यक्त होतं. पारितोषिकाच्या सन्मानपत्रातील एका उद्धरणात म्हटलं आहे, 'सर्व सजीवांबद्दलचा आदर आणि सर्व मानवजात तसेच निसर्ग यांना कवेत घेणारी वैश्विक जबाबदारीची संकल्पना यांमधून दलाई लामांनी आपले शांतीचे तत्त्वज्ञान विकसित केलेले आहे.'

दलाई लामांनी अनेकदा असं म्हटलेलं आहे की, वैश्विक बांधीलकीबद्दलच्या त्यांच्या कल्पना या प्राचीन भारतीय परंपरांमधूनच निर्माण झालेल्या आहेत आणि

एक बौद्ध भिक्खू म्हणून त्यांना जे सारं प्रशिक्षण मिळालं, त्याचीही मुळं भारतीय संस्कृतीतच आहेत. त्यांच्यासाठी भारत हे अनेकार्थानं त्यांचं आध्यात्मिक घर आहे. दलाई लामा हेही निर्देशित करतात की, बौद्ध धर्म हा भारतातून तिबेटमध्ये गेला आणि जाताना त्यांच्या बरोबर अन्य महत्त्वाचे असे सांस्कृतिक प्रभावही गेले. ते तर एवढ्या टोकापर्यंत जाऊन म्हणाले आहेत की, तिबेटवर चीनपेक्षा भारतानं हक्क दाखवला तरी फार चांगलं आहे; कारण चीनचा अत्यंत क्षीण असा प्रभाव तिबेटवर आहे. गुरू-शिष्यामध्ये जे नातं असतं तसं नातं भारत-तिबेटमध्ये आहे. हे नातं दलाई लामांना अतिशय आवडतं.

दलाई लामांचं जे राजकीय तत्त्वज्ञान आहे, त्यात ज्या मूलभूत महत्त्वाच्या बाबी आहेत, त्या म्हणजे प्रेम, करुणा आणि क्षमाशीलता. कारण त्यांच्यामुळे शांततापूर्ण बदल घडून येतो. तर काही जणांना अहिंसक क्रांती अशक्यच वाटते, ती सुद्धा घडून येणं शक्य होतं. त्यांना याचीही चांगलीच जाणीव आहे की, अनेक तिबेटी लोकांच्या मनात आहे की, चीनबरोबर सशस्त्र मार्गाने सामना करावा. तरीही दलाई लामा स्वत: मात्र 'अहिंसा' तत्त्वावर ठाम विश्वास बाळगून आहेत आणि त्यांनी स्पष्टपणे म्हटलं आहे की, जर स्वातंत्र्यासाठीची चळवळ हिंसक झाली तर ते स्वत: पदावरून खाली उतरतील.

भारतात आश्रय मिळाल्यामुळे अनेक प्राचीन तिबेटी परंपरा आणि संस्था यांची मुळापासून दुरुस्ती करण्याची आणि त्यांचं आधुनिकीकरण करण्याची संधी दलाई लामांना मिळाली. उपयुक्त आणि दूरदृष्टी राखणारे असे बदल त्यांनी केले. त्यांच्या व्यक्तिमत्त्वाभोवतीचं वलय, नियमांची बंधनं शिथिल करून, साधी-सुधी करून ते जास्त लोकाभिमुख झाले. परंपरागत ईश्वरसत्ताक राजपद्धतीत बदल होऊन कार्यरत अशी लोकशाही निर्माण केली गेली. सगळ्यात, लक्षवेधी महत्त्वाचं काय तर स्वत: दलाई लामांनी त्यांची लौकिक सत्ता ही संस्थांच्या हाती सुपूर्त केली. या संस्था आता तिबेटी लोकांच्या भवितव्याचा विचार करतात. यात एवढा टप्पा गाठलेला आहे की, निवडून आलेल्या कार्यकारिणीत जर २/३ बहुमत झाले तर ह्या सदस्यांना, कार्यालयातून दलाई लामांनादेखील दूर करण्याचा अधिकार ठेवलेला आहे. १९६० मध्ये सुरुवातीच्या काळात हा नियम कायदा म्हणून अस्तित्वात आला तेव्हा तर खरोखरच खूप क्रांतिकारक आणि विलक्षण नावीन्यपूर्ण घटना घडली होती. दलाई लामांनी एवढंही विधान करून ठेवलं आहे की, यथावकाश जेव्हा तिबेटला पुन्हा स्वातंत्र्य मिळेल तेव्हा त्यांच्याकडे कोणतीही राजकीय भूमिका किंवा सरकारमधली व्यवस्थापनातील सत्ता नसेल आपल्या लोकांची सेवा करण्यासाठी जेव्हा जेव्हा गरज पडेल तेव्हा बोलावल्यावर ज्येष्ठ राजनीतिज्ञ व्यक्तीप्रमाणे सल्ला द्यायला आणि साहाय्य करायला आवडेल, असंही मत दलाई लामांनी व्यक्त केलेलं आहे. तिबेटला जर

आधुनिक जगात तग धरून राहायचं असेल तर सामूहिक अशी लोकशक्ती प्रतिबिंबित व्हायलाच हवी. एखादं-दुसऱ्या व्यक्तीच्या विकासाला इथं दुय्यम महत्त्व आहे, असं त्यांचं ठाम मत आहे.

स्वत:च्या देशाबाहेर असणारं तिबेटचं सरकार हे धरमशाला येथून कार्यरत आहे आणि त्याचा कार्यभार सांभाळणारे विविध विभाग आहेत. तिबेटच्या सरकारच्या कार्यकारिणीवर मंत्र्यांचं मंडळ आहे. हे मंडळ विधिमंडळाकडून निवडलं गेलेलं आणि जबाबदार असणारं असतं. तिथं स्वतंत्र न्यायमंडळ आहे. त्यांच्या घटनेला 'द चार्टर ऑफ द तिबेटन्स इन एक्झाइल' (शरणार्थी तिबेटी जनतेची सनद) असं म्हटलं जातं. १९९१ मध्ये ही घटना स्वीकारण्यात आली. मानवी हक्कांच्या जागतिक जाहीरनाम्याला अनुसरून ही घटना आहे आणि न्यायसंस्थेसमोर सर्व तिबेटी नागरिकांना तिच्याद्वारे समानता दिली गेली आहे. तसंच लिंग, धर्म, वंश, भाषा किंवा समाज यांच्या आधारावर कुठलाही भेद न करता सर्वांना समान हक्क आणि स्वातंत्र्य प्रदान करण्यात आले आहे.

राजाश्रय मिळाल्यानंतर भारतात इतकी वर्षं दलाई लामा राहात आहेत, या सर्व काळात तिबेटमधून आलेल्या निर्वासितांचं कल्याण आणि पुनर्वसन हा त्यांच्या सातत्याने काळजीचा, कळकळीचा विषय राहिलेला आहे. मानवतावादी पैलूंच्या बरोबरीनं दलाई लामांचं असं मत आहे की, तिबेटची संस्कृती, धर्म आणि जीवनपद्धती टिकवायची असेल तर अन्य देशांमध्ये सशक्त आणि चैतन्यपूर्ण असे समाजगट बांधले गेले पाहिजेत. भारत सरकारच्या साहाय्यानं आणि मदतीनं तिबेटी निर्वासित लोक देशातील विविध केंद्रांमध्ये पुनर्वसित झाले आहेत. या ठिकाणी त्यांच्या विखुरलेल्या आयुष्याची जुळवाजुळव झाली आहे; त्याचप्रमाणे त्यांच्या स्वत:च्या परंपरा त्यांना जपता आल्या आहेत आणि सुरू ठेवता आल्या आहेत. आज अशी परिस्थिती आहे की, भारताच्या भूमीवर तिबेटी सभ्यता जिवंत आहे आणि तिबेटच्या स्वत:च्या भूमीवर मात्र तिचा मोठ्या प्रमाणात विध्वंस झालेला आहे. दिल्लीत पंडित नेहरू यांनी तसंच पुढच्या काळातील सरकारांनी पुढाकार घेतल्यानं निर्वासितांच्या पुनर्वसनासाठी कितीतरी योजनांची निर्मिती झाली. नेहरूंनी आपल्या वैशिष्ट्यपूर्ण, सुसंस्कृत आणि मुक्त शैलीत अभिव्यक्त होताना म्हटलं होतं की, तिबेटी संस्कृती जपायची असेल तर निर्वासितांसाठी स्वतंत्र शाळा असणं गरजेचं आहे आणि या उद्देशानं भारतीय शिक्षणखात्याच्या अखत्यारीत त्यांनी 'सोसायटी फॉर तिबेटन एज्युकेशन' हा एक स्वतंत्र विभाग निर्माण केला. नेहरूंनी हा सल्लादेखील दिला की, तिबेटी मुलांना त्यांच्या स्वत:च्या इतिहासाचं आणि संस्कृतीचं यथासांग ज्ञान जसं असलं पाहिजे; त्याचबरोबर आधुनिक जगाबरोबरही त्यांचा पूर्ण परिचय व्हायला हवा आणि यासाठी इंग्रजी यायला हवं. भविष्यामध्ये इंग्रजी ही आंतरराष्ट्रीय भाषा ठरणार

असल्यानं इंग्रजीचा शैक्षणिक अभ्यासक्रमामध्ये समावेश हवा. हा सल्ला योग्य पद्धतीनं स्वीकारल्यामुळे, जगभर विखुरलेल्या तिबेटी समाजाच्या अस्तित्वाची आंतरराष्ट्रीय पातळीवर दखल घेतली गेली. त्यांची संख्या कमी असली तरी जागतिक पातळीवर मोठा प्रतिसाद त्यांना मिळाला.

शेती, गालिच्यांचं विणकाम, कपड्यांची निर्मिती, खाद्यपदार्थ आणि उपाहारगृहांचा उद्योग आणि अन्य सेवा यांच्या मुख्य आधारावर भारतातील तिबेटी समाज उभा आहे. सध्याच्या घडीला भारत आणि नेपाळमध्ये ऐंशीच्या वर विद्यालयांची संख्या आहे आणि त्यामध्ये ३०,००० च्या वर विद्यार्थी शिकत आहेत. विविध देशांमध्ये चोपन्न वसाहती आणि कल्याणकारी कार्यालये, डझनभर सेवाभावी संस्था तर आहेतच. त्यांच्या जोडीला सांस्कृतिक संस्था, ग्रंथालयं, सरकारी दफ्तरे, प्रकाशनसंस्था आणि धर्मादाय न्यास एवढा पसारा आहे. धार्मिक संस्थांच्या बाबतीत २०० च्या वर एवढे मठ स्त्री व पुरुष भिक्खू-भिक्खूणींसाठी आहेत आणि त्यामध्ये तिबेटी बौद्ध धर्माच्या सर्व संप्रदायांना प्रतिनिधित करणारे मठवासी राहात आहेत. तिबेटची समृद्ध आणि वैशिष्ट्यपूर्ण कला आणि हस्तव्यवसाय, तेथील वैद्यकीय आणि तत्त्वज्ञानाच्या परंपरा आजही तग धरून आहेत आणि त्यांची भरभराट होत आहे.

त्यातीलच आणखी एक पुढची संस्था आहे, ती म्हणजे 'फाउंडेशन फॉर युनिव्हर्सल रिस्पॉन्सिबिलीटी' या नावाची. तिची स्थापना केली स्वत: दलाई लामांनी. त्यांना नोबेल पारितोषिकाद्वारे जो पैसा मिळाला त्यातून त्यांनी याची पायाभरणी केली. संस्थेच्या धोरणानुसार ध्येयं काय काय आहेत, तर ती अशी; प्रत्येक ठिकाणच्या व्यक्तीला संस्थेचा फायदा व्हायला हवा; त्यामध्ये कुठलंही राष्ट्रीयत्व, वंश किंवा पंथ यांचा अडसर येणार नाही; विविध श्रद्धांमध्ये समानतेचा धागा जपणे; अहिंसक मार्गांना मदत करणे; 'विज्ञान' आणि 'धर्म' यातील सुसंवाद वाढविणे; आणि मानवी अधिकार आणि लोकशाहीचे स्वातंत्र्य यांचे संरक्षण करणे. विविध राष्ट्र आणि समाज यांच्यातच फक्त परस्परावलंबित्व असावं एवढंच नव्हे तर सर्वच जीवमात्रांच्या ठिकाणी या भावनेचे विकसन व्हावे, असं संस्थेला वाटतं. दलाई लामांचं जे सक्रिय असं नैतिक आणि राजकीय चिंतन आहे, त्याचं प्रतिनिधित्व करण्याचं काम ही संस्था करते. संस्थेच्या द्वारा विविधप्रकारे साहाय्य दिले गेले आहे; त्यातील काही म्हणजे 'वुमेन इन सेक्युरिटी, कॉनफ्लिक्ट मॅनेजमेंट अँड पीस' (डब्ल्यू. आय. एस. सी. ओ. एम. पी.) या संस्थेनं काश्मीरमध्ये जो सशस्त्र हिंसाचार घडून आला त्याचे बळी ठरलेल्यांसाठी धाडसानं काम केलेलं आहे; आशियाई महिलांमध्ये आंतरराष्ट्रीय संबंध विषयक काम करताना त्यांच्यातील व्यावसायिक सामर्थ्य वाढावे म्हणून शिष्यवृत्त्या दिल्या गेलेल्या आहेत; त्याचप्रमाणे पर्यावरणविषयक पुनर्जीवन साधण्याच्या उद्देशानं असणाऱ्या प्रकल्पांनाही शिष्यवृत्त्या देण्यात आलेल्या आहेत. संस्थेच्या अन्य कार्यक्रमांमधून विद्यार्थ्यांना तिबेटी मठात राहता येतं, धार्मिक नेत्यांशी वार्तालाप करायला वेळ दिला

जातो आणि एकमेकांच्या उपासनास्थळांच्या भेटी आखल्या जातात.

जगभरातले लोक मूलतः समानच असतात; सारेजणच आनंदाचा शोध घेतात आणि दुःख टाळायला पाहतात, हे दलाई लामा जाणतात. अज्ञान, स्वार्थीपणा आणि लोभ यांमुळे क्लेश, वेदना निर्माण होतात. शांती आणि समाधान यांच्यामुळे खरा आनंद मिळतो. हे कशामुळे साध्य होतं तर करुणा, सहानुभूती आणि प्रेम यांच्यातून आणि क्रोध, द्वेष आणि लोभ यांचा त्याग करण्यातून! आज जग ज्या समस्यांना तोंड देत आहे त्या मानवनिर्मित आहेत. हिंसक भांडणे, गरिबी, भूक, पर्यावरणाचा ऱ्हास आणखीही बरंच काही माणसानं निर्माण केलेलं आहे. या समस्या मानवी प्रयत्न, समजूतदारपणा आणि वैश्विक बंधुत्वाच्या भावनेची जोपासना यांच्यामुळे सोडवता येऊ शकतात. दलाई लामा हे वारंवार धार्मिक असहिष्णुतेविरुद्ध बोलत आले आहेत कारण असहिष्णुतेमुळेच अविश्वासाची बीजं पेरली जातात आणि समाजामध्ये फूट पडते.

प्रेम, करुणा आणि चांगुलपणा, क्षमाशीलता आणि दानशीलता, तसंच विश्वाशी बांधिलकी या गुणांबद्दल दलाई लामा उपदेश करतात आणि त्याच गुणांचे ते स्वतः देखील मूर्त रूप आहेत. त्यांची शिकवण ही साधी आणि स्पष्ट असते, त्यात गोंधळ आणि तत्त्वज्ञानाची गुंतागुंत नसते. ते अतिशय थेट, प्रसन्नपणे आणि खुसखुशीत विनोदाच्या छटेनं आपले विचार मांडतात. अतिशय उत्फुल्लपणे ते आयुष्याबद्दल बोलतात, सहज विषय उलगडतात. त्यामुळे जे श्रोते त्यांचं व्याख्यान ऐकायला येतात, किंवा ज्यांना त्यांना भेटायचं भाग्य मिळतं त्या श्रोत्यांमध्ये तात्काळ जीवलगपणाचा एक व्यक्तिगत असा धागा बांधला जातो. थाटामाटाची त्यांच्यात नावनिशाणीही नसते आणि ते खरोखर विनम्र व्यक्ती आहेत. एक प्रसंग मला आठवतो. एकदा ते विदेशाच्या दौऱ्यावर निघणार होते. त्या दिवशीच्या संध्याकाळी त्यांनी तत्कालीन राष्ट्रपती वेंकटरमण यांना दूरध्वनीवरून संपर्क केला. अंदाजे कोणकोणते विषय चर्चेला येतील आणि त्यांनी स्वतः कशाप्रकारे प्रतिक्रिया द्यावी याबद्दलचा सल्ला घेण्यासाठी त्यांनी राष्ट्रपती महोदयांना विचारले. दलाई लामांना उत्तर देताना राष्ट्रपती म्हणाले, 'मी कोण आहे? एक निव्वळ मर्त्य प्राणी! पृथ्वीवर अवतीर्ण ईश्वराला सल्ला देणारा!' क्षणभर स्तब्ध होऊन दलाई लामा मोठ्याने खळखळून हसले.

पुढील पिढ्यांनी आपलं स्मरण कसं ठेवावं? असं आपल्याला वाटतं, असा प्रश्न एकदा त्यांना विचारला गेला होता. दलाई लामांनी त्याचं उत्तर देताना म्हटलं, 'एक मानव म्हणून; कदाचित् बहुतेकदा हसणारा मानव प्राणी म्हणून.' या प्रतिक्रियेत दलाई लामांच्या व्यक्तिमत्त्वाचं सार दडलेलं आहे ते म्हणजे सखोल ज्ञान, सखोल प्रेम आणि करुणा, सखोल नम्रता.

□

दया करणे जे पक्ष्यांसी...

डॉ. सतीश पांडे

दलाई लामा यांनी तिबेटमध्ये असताना पशू-पक्षी संवर्धनासाठी व निसर्ग टिकविण्यासाठी काही नियम केले होते. आज तिबेटमध्ये हे नियम राहिलेले नसले तरी तिबेटी लोकांच्या मनामध्ये ते प्रश्न अजूनही घर करून आहेत. प्रश्नोत्तरांची सुरुवात अर्थातच याच विषयातून झाली.

डॉ. सतीश पांडे : तिबेटी लोकांचा निसर्ग व प्राण्यांकडे पाहण्याचा दृष्टिकोन कसा आहे?

दलाई लामा : कारुण्यपूर्ण व दयाळू! पशू-पक्ष्यांकडे आम्ही दयापूर्वक पाहतो. तिबेटी नागरिक प्राण्यांची हत्या करत नाहीत. पूर्वी तिबेटी सरकारने 'वन्य प्राणी व पक्षी यांना कोणीही मारू नये' असा जाहीरनामा काढला होता. मानस सरोवराच्या परिसरात उन्हाळ्यात हजारो पक्षी वीण करतात. चक्रवाक, पट्टकादंब, हंस या पक्ष्यांच्या अंड्यांना व पिलांना अभय मिळावे म्हणून तिबेटी सरकार खास पहारेकऱ्याची नेमणूक करत होते. वीण करणाऱ्या व घरटी बांधणाऱ्या पक्ष्यांना गोंगाटामुळे वा अन्य कारणांनी त्रास होऊ नये म्हणून काळजी घेतली जात होती. त्यासाठी त्या पहारेकऱ्याला वेगळा पगारही दिला जात होता. कोणीही पक्ष्यांवर गोळ्या झाडू नये, त्यांची हत्या करू नये अथवा अंडी पळवू नयेत, हा त्यामागे उद्देश होता. पक्ष्यांची वीण पूर्ण होईपर्यंत ही काळजी घेतली जात होती. ही प्रथा १९५९ पर्यंत सुरू होती. पुढे चीनने ही प्रथा सुरू ठेवली नाही. अगदी खरे सांगायचे तर त्यानंतर तेथे येणाऱ्या पक्ष्यांची खाण्यासाठी हत्या करण्यास सुरुवात झाली, अंडी पळवली जाऊ लागली. तेव्हा येणारी मंडळी विजारींमध्ये असायची. पक्षी त्यांना पाहून पळून जायचे. आमचे भिक्खू वेगळी वस्त्रे घालतात. त्यांना हे पक्षी घाबरत नसत. ते जागेवरच बसून राहात. हे लक्षात आल्यावर या नव्या मंडळींनी भिक्खूंची वस्त्रे घालून पक्ष्यांची हत्या करण्यास सुरुवात केली.

प्राण्यांना मारू नये या जाहीरनाम्यात काही अपवादही ठेवलेले होते; उंदीर आणि लांडगे यांना मारण्याची लोकांना मुभा होती; पण फक्त याच दोन प्राण्यांना. कारण उंदीर धान्य आणि इतर अन्न खातात. अनेक तिबेटी लोक मेंढपाळ आहेत

म्हणून मेंढ्यांना त्रास देणाऱ्या लांडग्यांना मारता येत असे. दुसऱ्या कोणत्याच प्राण्याला मारण्याची परवानगी नव्हती.

डॉ. सतीश पांडे : घुबडांनादेखील? घुबडे सुरक्षित होती?

दलाई लामा : होय होय! मी लहानपणी पोताला पॅलेस येथे राहात होतो. पोताला राजवाड्याच्या भिंतीमध्ये घुबडांची घरे होती. उजेड गेला, की ती घुबडे उठायची. मला राजवाड्याबाहेर खेळायला आवडे. रात्रीही मी बाहेर खेळायचो. माझ्या वयस्क गुरुजनांनी मला एकदा सांगितले, की 'रात्री बाहेर जाऊ नकोस. रात्री घुबडे फिरत असतात. ती तुला उचलतील आणि दूर घेऊन जातील. तू दलाई लामा असलास म्हणून काय झाले? घुबडे दलाई लामांनाही उचलू शकतात.' त्यानंतर रात्र झाल्यावर मला बाहेर जायची भीती वाटू लागली. राजवाड्यात घुबडे राहातच होती. त्यांना कोणीही कधी मारले नाही. मला आवडत असले किंवा नसले तरीही रोज प्रकाश संपून रात्र येतच होती. रात्री अंधार होत होता आणि सकाळी पुन्हा प्रकाश!

यातील एक गोष्ट महत्त्वाची - रात्र आणि दिवस येतात आणि जातात. आपले त्यावर काहीच नियंत्रण नसते.... आपल्याला आवडो अथवा न आवडो! आपण नेहमीच करुणामय, दयाळू आणि प्रामाणिक असले पाहिजे. आपण कोणालाही इजा करू नये. नाव, धन, गाड्या, हुद्दा, महत्त्व यांची आपण आकांक्षा करतो. या गोष्टींपेक्षा आपण चांगल्याच गोष्टींचा विचार करायला हवा.

अध्यात्म आणि विज्ञान या शाखा एकमेकांना पूरक आहेत, असा माझा विश्वास आहे. या दोन्ही शाखांमध्ये सत्यशोधाचा ध्यास घेतला जातो. या दोन्ही विचारपद्धती एकमेकांपासून शिकू शकतात आणि एकत्रितपणे मानवी ज्ञान व उमज यांची क्षितिजे विस्तारू शकतात. बोलण्याच्या ओघात दलाई लामांनी त्यांना आवडणाऱ्या बोधिचर्यावतार या ग्रंथाचा उल्लेख केला.

दलाई लामांना आवडणाऱ्या आचार्य शांतिदेवकृत 'बोधिचर्यावतार' या धर्मग्रंथात तथागत बोधिसत्त्वास अर्पण करण्याच्या काही नैसर्गिक गोष्टींचा उल्लेख आलेला आहे. आचार्य शांतिदेव हे सातव्या शतकातील विद्वान साधक व नालंदा बौद्ध विद्यापीठात आचार्य म्हणून कार्यरत होते. या ग्रंथातील निरूपणातून आपल्याला निसर्ग कसा असावा, हे लक्षात येते.

एकांत रमणीय वनखंड, सुगंधित
पुष्प व स्वादिष्ट फल यांनी
सुसज्जित वृक्ष...
मनोहारी रत्नांनी युक्त असे
पर्वत...
उत्पल, पद्म, मंदार अशा

अनेक कमलांनी व्यापलेली
स्फटिकसमान शुद्ध जलाची
सरोवरे, हंसादी पक्ष्यांच्या
कूजनाने भारावलेली वने,
गंधयुक्त, आल्हादकारक शीतल
वारा...
जलबिंदूंनी भारलेल्या मेघांचे
आच्छादन असणारे आकाश...
अंतर्गर्भात अमूल्य खजिना
बाळगणारे महासमुद्र, हे सारे
करुणामय बुद्धाला उपहार म्हणून
भेट देतो...

❑

विभाग २

दलाई लामा आणि इतिहास

श्री. यू. आर्. अनंतमूर्ती

'इतिहासात फक्त सत्याचा विजय होतो',
दलाई लामांच्या तिबेटी बौद्ध जनांचा यावर
   विश्वास असतो -
कारण करुणाशील आणि गूढ असा त्यांच्या
   स्वभावाचा पोत असतो.
'ज्याचा जय होतो, ते सत्य असतं',
यावर विश्वास असतो चिनी लोकांचा;
   त्यांचा स्वभाव असतो
धूर्त आणि कावेबाज कुळीचा.

एकदा असंच कधीतरी,
   दलाई लामांना दिसली एक काळी मुंगी
त्यांच्या किरमिजी वस्त्रावर;
जरी ते व्याख्यान देत होते
   उत्कट एकाग्रतेनं आणि कळकळीनं,
त्यांच्या दुर्दैवी देशबांधवांच्या दैनेबद्दल
आधुनिक इतिहासाच्या स्थित्यंतरात
   बंदिस्त झालेल्या देशबांधवांबद्दल
मृदू स्मित धारण करून.
या मृदूभाषी भिक्खूनं आपलं बोलणं थांबवलं,
हलकेच मुंगीला उचललं, हळुवार
   बोटांच्या चिमटीमधून
आणि टेबलावर सोडून दिलं
   तिला सुरक्षितपणे फिरायला;

आपलं बोलणं पुन्हा सुरू केलं
त्याच मृदू स्मितासहित.

अशाच पद्धतीनं दलाई लामा वाट पाहतात -
जरी सद्य स्थितीत वाटत असलं की,
इतिहासात चिनी लोक जिंकले आहेत -
पण काळाच्या अनंत क्षणांमध्ये
अनंत विस्तारामध्ये
दलाई लामा वाट पाहतात,
सत्याचा विजय होण्याची.

❏

शांतीचे नोबेल पारितोषिक स्वीकारताना ऑस्लो येथे परमपावन दलाई लामांनी १० डिसेंबर १९८९ रोजी दिलेले व्याख्यान

'सन्माननीय मॅजेस्टी, नोबेल समितीतील सदस्य बंधू आणि भगिनींनो,

शांतीचे नोबेल पारितोषिक स्वीकारण्यासाठी आपल्यासह आज मी इथे उभा आहे, याचा मला अतिशय आनंद वाटतो. तिबेटमधील एका साध्या भिक्खूला असे महत्त्वाचे पारितोषिक आपण देत आहात, याबद्दल मला सन्मान वाटतो, नम्रता दाटून येते आणि हेलावूनही जायला होते आहे. मी कोणीच विशेष अशी व्यक्ती नाही. परंतु, माझा असा विश्वास आहे की, हे पारितोषिक म्हणजे नि:स्वार्थ अशी कल्याणकारक बुद्धी, प्रेम, करुणा आणि अहिंसा या साऱ्या बुद्धाच्या, त्याचप्रमाणे भारतातील, तिबेटमधील श्रेष्ठ ऋषींच्या उपदेशानुसार मी आचरायचा जो प्रयत्न करतो, त्याचा हा सन्मान होय.

प्रत्येक ठिकाणी दडपले गेलेले जे लोक आहेत आणि स्वातंत्र्य तसेच विश्वशांतीसाठी जे सारेजण संघर्ष करीत आहेत, अशा साऱ्यांच्या वतीनं मी अतिशय कृतज्ञतापूर्वक पारितोषिक स्वीकारतो आहे. बदल घडावा म्हणून ज्या महात्मा गांधींनी अहिंसेची नवी परंपरा प्रस्थापित केली, त्यांच्या जीवनानं मला शिकवण दिली, प्रोत्साहन दिलं. हे पारितोषिक त्यांना मानवंदना म्हणून मी स्वीकारतो आहे; आणि अर्थातच, सहा दशलक्ष तिबेटी जनतेच्या वतीने मी ते स्वीकारतो आहे. हे सारेजण तिबेटमधील माझे देशबांधव ज्यांनी खूप सहन केलं आहे आणि अजूनही दु:ख सोसतच आहेत. त्यांची राष्ट्रीय आणि सांस्कृतिक ओळख नष्ट होऊन जावी, या उद्देशाने होत असलेल्या आखीव आणि योजनाबद्ध कार्यप्रणालीला त्यांना तोंड द्यावे लागत आहे. सत्य, साहस आणि दृढनिश्चय ही आमची शस्त्रे वापरून तिबेट मुक्त होऊ शकेल, ही जी आमची श्रद्धा आहे, त्याला या पारितोषिकाने पाठबळ मिळाले आहे.

जगाच्या कुठल्या भागातून आम्ही आलो आहोत, यापेक्षा आपण सारे मुळात मानवप्राणी आहोत हे महत्त्वाचे आहे. आपण सारेजणच आनंदाचा शोध घेतो आणि दु:ख टाळण्याचा प्रयत्न करतो. आपल्या साऱ्यांच्या मानवी गरजा आणि काळज्या सारख्याच असतात. आपणा साऱ्या मानवांना स्वातंत्र्य तसेच व्यक्ती आणि समाज

म्हणून स्वत:चे भवितव्य ठरवण्याचा अधिकार हवा असतो. तो मानवी स्वभावच आहे. जगात सर्वत्र, पूर्व युरोपापासून ते आफ्रिकेपर्यंत जे मोठे बदल घडून येत आहेत, ते या वस्तुस्थितीचे स्पष्ट निदर्शक आहेत.

यावर्षीच्या जूनमध्ये पाशवी बळासहित लोकशाहीबद्दलची प्रख्यात अशी असलेली चळवळ दडपून टाकण्यात आली. निदर्शने निरर्थक होती असे मला वाटत नाही. कारण चिनी लोकांमध्ये स्वातंत्र्याची ज्योत उजळली. जगात सर्वत्र पसरत जाणारे असे हे जे स्वातंत्र्याचे चैतन्य आहे, त्याच्या प्रभावापासून चीनची सुटका नाही. धाडसी विद्यार्थ्यांनी आणि त्यांच्या समर्थकांनी त्यांच्या महान राष्ट्राचा मानवी चेहरा चिनी नेतृत्वाला तसेच जगालाही दाखवून दिला.

गेल्याच आठवड्यात अनेक तिबेटी लोकांना मोठ्या प्रमाणावर एकोणीस वर्षांच्या तुरुंगवासात डांबले गेले. आजचा पारितोषिक प्रदानाचा प्रसंग घडून येण्याच्या आधी कदाचित् लोकांना दहशत वाटावी, या हेतूनेही असे केले गेले असेल. त्या तिबेटी लोकांचा 'गुन्हा' काय होता, तर त्यांच्या प्रिय देशाच्या पुनर्बांधणीसाठी सर्वदूर

नोबेल पारितोषिक स्वीकारताना दलाई लामा

पसरलेल्या अशा तिबेटी लोकांच्या इच्छेला त्यांनी अभिव्यक्त केले.

गेले चाळीस वर्षं चीनने वास्तव्य केल्यापासून आमच्या लोकांचा जो छळ झाला आहे, त्याची नोंद झाली आहे. आम्ही दीर्घकाळ संघर्ष करीत आलो आहोत. आमचा हेतू न्याय्य आहे, हे आम्हाला ठाऊक आहे. हिंसेमुळे फक्त अधिक हिंसेची निर्मिती होते म्हणून आमच संघर्ष हा अहिंसक आहे आणि तो द्वेषापासून दूर असाच राहिला पाहिजे. आम्हाला आमच्या लोकांचे क्लेश संपवायचे आहेत, इतरांवर क्लेश लादायचे नाहीत.

हा विचार मनात ठेवूनच मी अनेकदा तिबेट व चीनमध्ये विचारविमर्श घडवून यावा, यासाठी प्रस्ताव मांडला. तिबेटमध्ये शांती आणि मानवी हक्क पुनर्प्रस्थापित व्हावेत यासाठी १९८७ मध्ये मी निश्चित स्वरूपाची अशी पाच कलमी योजना तयार केली. त्यानुसार संपूर्ण तिबेटचे पठार ही अहिंसा आणि शांतीची भूमी म्हणून जपली जावी, आरक्षित व्हावी आणि तिथे माणूस आणि निसर्ग हे शांती आणि सुसंवादाने राहावेत, असा मुद्दा मांडलेला होता.

गेल्या वर्षी युरोपीय संसदेत स्ट्रासबर्ग येथे ती योजना मी सविस्तरपणे मांडलेली होती. माझा असा विश्वास आहे की, त्याप्रसंगी मी जे विचार व्यक्त केले ते वास्तववादी होते आणि माफकही होते. माझ्याच काही लोकांनी ते विचार जरा जास्तच मनधरणी करणारे आहेत, अशी त्यांच्यावर टीका केली होती. मी सवलतींसह ज्या ज्या गोष्टी सुचविल्या होत्या, त्यांना दुर्दैवाने चीनच्या नेत्यांनी सकारात्मक प्रतिसाद दिला नाही. असे जर चालू, राहिले तर आमच्या भूमिकेचा पुनर्विचार करणे, आम्हाला भाग पडेल.

तिबेट आणि चीन यांच्यातील कुठलाही संबंध हा समता, आदर, विश्वास आणि परस्परांच्या हिताचा असला पाहिजे. इ. स. ८२३ या काळात तिबेट आणि चीनमधील हुशार राज्यकर्त्यांनी लेखी करार केला होता. तो ज्या खांबावर कोरून ठेवलेला होता, तो खांब अद्यापही आहे. ल्हासामध्ये जोखङ्ग हे सर्वात पवित्र मानले गेलेले मंदिर आहे, त्याच्यावर लिहून ठेवले आहे की 'तिबेटी हे तिबेटच्या मोठ्या भूमीवर आनंदाने राहतील आणि चिनी हे चीनच्या मोठ्या भूमीवर आंनदाने राहतील.'

एक बौद्ध भिक्खू या भूमिकेतून सर्वच मानवप्राणी आणि खरे तर कष्ट भोगीत असलेले सर्व सजीव यांच्याबद्दल मला काळजी वाटते. सर्व दु:ख हे अज्ञानामुळे निर्माण होते, असे मला वाटते. स्वत:चा आनंद किंवा समाधान यांच्यासाठी लोक इतरांवर दु:ख लादतात. वस्तुत:, खरा आनंद हा भ्रातृभावनेतून निर्माण होत असतो. आपल्या अंतरात एकमेकांबद्दल तसेच आपल्या सर्वांच्या या पृथ्वीबद्दल वैश्विक बांधीलकी उपजणे गरजेचे आहे. मला जाणवले आहे की, अगदी शत्रूबद्दल देखील प्रेम आणि करुणा मनात निर्माण होण्यामध्ये माझा स्वत:चा बौद्धधर्म खूप मदत करतो. माझा असा ठाम विश्वास आहे की, धर्मासह किंवा धर्माशिवाय प्रत्येकजण

प्रेमळ असे हृदय आणि वैश्विक बांधीलकीची भावना यांची जोपासना करू शकतो.

आपल्या साऱ्यांच्या जीवनावर विज्ञानाचा प्रभाव सतत वाढत चाललेला असल्याने, माणुसकीची आठवण करून देण्यासाठी 'धर्म' आणि 'आध्यात्मिकता' यांना मोठी भूमिका बजावायची आहे. 'धर्म' आणि 'विज्ञान' परस्परविरुद्ध नाहीत. आपापसांकडे बघण्याचा एक विशिष्ट दृष्टिकोन दोन्हींकडून मिळत असतो. विज्ञान आणि बुद्धाचा उपदेश हे दोन्ही, सर्व वस्तूंमध्ये असलेल्या मूलभूत एकसंधतेबद्दल सांगतात. पर्यावरणाविषयी वैश्विक पातळीवर जी चिंता वाटते आहे त्याबाबत जर आपल्याला काही सकारात्मक आणि निर्णायक कृती करायची असेल तर, ही समज असणे फार महत्त्वाचे आहे.

माझ्या मते, सर्व धर्म हे मानवी सहृदयता आणि साऱ्या मानवप्राण्यांसाठी आनंद निर्माण व्हावा, हे एकच उद्दिष्ट बाळगतात. कदाचित् त्यांची साधने वेगवेगळी असतील पण साध्य मात्र एकच असते.

या शतकाच्या शेवटच्या दशकात आपण प्रवेश करणार आहोत. ज्या प्राचीन मूल्यसंस्थेने मानवजात तगली आहे, तीच मूल्ये पुन्हा अधिक दयाशील, अधिक आनंदमय अशा एकविसाव्या शतकासाठी आपल्याला सिद्ध करतील, याबाबत मी आशावादी आहे.

जुलूमकर्ते आणि मित्र, यांच्यासाठी तसेच साऱ्यांसाठी मी प्रार्थना करतो की, मानवी जाणीव आणि प्रेम यांच्याद्वारे अधिक चांगले विश्व निर्माण करण्यामध्ये आणि त्यायोगे साऱ्या सजीवांचे दु:ख आणि क्लेश कमी करण्यामध्ये, आपल्या सर्वांना यश येऊ दे.

धन्यवाद!'

वैश्विक जबाबदारी आणि जागतिक वातावरण

१९९४ मध्ये परमपावन दलाई लामा यांनी इस्रायलमध्ये दिलेले याख्यान

(प्रस्तुत व्याख्यान दलाई लामा यांनी इस्रायलमध्ये २२ मार्च १९९४ रोजी 'सोसायटी फॉर प्रोटेक्शन ऑफ नेचर' या संस्थेच्या कार्यक्रमांतर्गत केले होते. थोड्याफार फरकाने, हेच व्याख्यान 'न्यूयॉर्क लॉयर्स ॲलायन्स फॉर वर्ल्ड सेक्युरिटी अँड द कौन्सिल फॉर फॉरेन रिलेशन्स' येथे न्यूयॉर्क शहरात २७ एप्रिल १९९४ रोजी दिले गेले.)

विसावं शतक संपण्याच्या बेतात आलं आहे आणि जग लहान झालं आहे, हे आपल्याला जाणवतं. जगातले सारे लोक जणू एक समूह असल्यासारखे झाले आहेत. राजकीय आणि लष्करी औपचारिक करारांमुळे मोठमोठे आंतरराष्ट्रीय गट निर्माण झाले आहेत. उद्योगधंदे आणि आंतरराष्ट्रीय व्यापारामुळे जागतिक अर्थसत्ता तयार झालेली आहे. जगभरच्या संवाद-प्रसार माध्यमांमुळे पूर्वी असलेली अंतराची, भाषेची आणि वंशांची बंधनं नष्ट होत आहेत. आपल्याला ज्या समस्यांना तोंड द्यायला लागतं त्यांच्यामुळेही आपण एकत्र येऊ लागतो आहोत. अति लोकसंख्या, निसर्गातील स्रोतांची झीज आणि आपल्या हवेला, पाण्याला, वृक्षांना त्याचप्रमाणे आपण ज्या लहानशा ग्रहावर राहतो, त्याचा मूलाधार असलेले असंख्य असे सुंदर जीव या साऱ्यांना धोका निर्माण करणारं वातावरणविषयक संकट आपल्यापुढं उभं ठाकलं आहे.

मला असं वाटतं की, आपल्या काळातील आव्हानांना तोंड द्यायचं असेल तर, माणसांना स्वत:वरील वैश्विक जबाबदारीचं मोठं भान असायला हवं. आपल्यापैकी प्रत्येकानं निखळ स्वत:करिता, कुटुंबाकरिता किंवा राष्ट्राकरिता काम करायचं असं नव्हे; तर सर्व मानवजातीचा फायदा व्हावा म्हणून काम करायला शिकलंच पाहिजे. माणसाला टिकायचं असेल तर वैश्विक जबाबदारी ही गुरूकिल्ली आहे. जागतिक शांतता राहावी म्हणून निसर्गस्रोतांचा योग्य तो वापर आणि भावी पिढ्यांबद्दल वाटणाऱ्या चिंतेतून वातावरणाची योग्य ती काळजी घेणं, हा पाया आहे.

म्हणूनच आपल्यासारखी अशासकीय संस्था पाहून फार आनंद वाटतो. अधिक

दलाई लामा : विश्व करुणेचा स्वर ६१

चांगल्या भविष्यासाठी आपण बजावत असलेली भूमिका फार फार गरजेची आहे. आपल्या सहबांधवांसाठी वाटणाऱ्या तळमळीतून समर्पित स्वयंसेवकांनी उभ्या केलेल्या अशा कितीतरी संस्था मला ठाऊक आहेत. सामाजिक आणि वातावरणविषयक प्रगतीचा दर्शनी घटक अशा बांधिलकीतून प्रतिनिधीरूपानं दिसतो.

तुम्हाला आवडो की न आवडो, आपण सारेजण या पृथ्वीवर एका विशाल कुटुंबाचा एक भाग म्हणून जन्माला आलो आहोत. श्रीमंत असो वा गरीब असो, सुशिक्षित असो वा अशिक्षित, एका राष्ट्राशी, धर्माशी, या ना त्या आदर्शवादाशी निगडित आहोत. आपण शेवटी एकमेकांसाठी असणारे मानव प्राणीच आहोत. आपणा सगळ्यांना आनंद हवा असतो आणि दुःख, कष्ट नको असतात. एवढंच काय तर सुख मिळवायचा आणि दुःख टाळायचा एकच एक अधिकार आपणा सर्वांना असतो. या बाबतीत सर्वच जीव समान आहेत. ते तुम्ही जाणून घेतलंत, की आपोआप तुम्हाला सर्व जीवांबद्दल सहानुभूती आणि जवळिक वाटू लागते; यातूनच मग वैश्विक जबाबदारीचं खरंखुरं भान आपल्याकडे येतं. हे भान म्हणजे तरी काय? तर समस्या सोडवण्यात इतरांना सक्रिय मदत करायची इच्छा मनात आकार घेणं.

वैश्विक जबाबदारीचं भान असायला पाहिजे ही जाणीव आधुनिक जीवनाच्या प्रत्येक पैलूमध्ये अस्तित्वात आहे. आत्ताच्या काळात, जगातल्या एखाद्या भागात घडलेल्या वैशिष्ट्यपूर्ण घटनांचा पडसाद, परिणाम संपूर्ण जगावर उमटतो. त्यामुळं जेव्हा जेव्हा एखादी स्थानिक समस्या उद्‌भवते तिच्याकडे जागतिक दृष्टिकोनातूनही आपण पहायला शिकलं पाहिजे. त्यामुळे विनाशक प्रतिक्रिया घडली नाही तरी ज्या राष्ट्रीय, वांशिक किंवा आदर्शांच्या अडथळ्यांमुळे आपल्यात दुरावा निर्माण होतो. नव्या प्रकारचा असा जो आंतरसंबंध या संदर्भात आहे, त्यात इतरांच्या भल्याचा विचार करणं हे स्वतःच्या सर्वात जास्त चांगल्या कल्याणाचं आहे.

निसर्गामध्ये जे एक आंतरिक सामंजस्य असतं त्याचा अधिक विचार करणं हे आपल्याला पूर्वीपेक्षाही अधिक गरजेचं आहे. आपण त्याकडे जे अक्षम्य दुर्लक्ष केलं, त्यामुळेच आज असंख्य समस्यांना आपल्याला तोंड द्यावं लागत आहे. आजच्या जगात - खास करून विकसित होणाऱ्या देशांमधील नैसर्गिक स्रोतांचा उपयोग हा निव्वळ उपभोगवाद वाढवण्यासाठी करणं हे फार अनर्थकारक आहे. हे जर अनिर्बंधपणे चालू राहिलं तर यथावकाश त्याची फळं आपणा सर्वांनाच भोगावी लागणार आहेत. जीवनाचा जो हळुवार समतोल असतो त्याबद्दल आपल्याला आदर असायला पाहिजे आणि त्याचे स्रोत हे नैसर्गिकपणे पुन्हा भरू दिले गेले पाहिजेत.

परस्परावलंबनाकडे जे दुर्लक्ष झाले त्याच्यामुळे फक्त नैसर्गिक वातावरणाची हानी झाली एवढंच नव्हे तर मानवी समाजालासुद्धा धक्का पोहोचलेला आहे. एकमेकांबद्दल काळजी घेण्याऐवजी आपण आपले सर्व प्रयत्न लौकिक उपभोगातील आनंद पुन्हा

पुन्हा घेण्यासाठी एकवटत असतो. आपण या प्रयत्नांमध्ये इतके गुरफटून गेलो आहोत की प्रेम, करुणा आणि सहकार्य अशा ज्या सर्वांत जास्त अशा मूलभूत गरजा आहेत, त्यांच्या संवर्धनाकडे आपल्याला लक्षातही येणार नाही, असं आपण दुर्लक्ष करत आलो आहोत. आपण काही भौतिकदृष्टया निव्वळ प्राणिमात्र नसल्यामुळे निव्वळ बाह्य विकासामध्ये सार्थकता शोधायला गेलो तर ते फार चुकीचं ठरेल.

विकास योग्य प्रकारे व्हावा यासाठी अनेक क्षेत्रांमध्ये जी मानवी मूल्ये आहेत ती आपल्याला पुनर्निर्मित करायला हवीत. राजकीय जीवनाला अर्थात नैतिक पाया हवा; परंतु, विज्ञान आणि धर्म यांचेही नैतिक पायावर अनुसरण केले पाहिजे. त्याच्याशिवाय कोणती तांत्रिकता कल्याणकारक आणि कोणती केवळ उपयुक्त आहे यात वैज्ञानिकांना फरक करता येणार नाही. आपल्याला सभोवती पर्यावरणाचा जो ऱ्हास झालेला दिसतो, तो म्हणजे या वैचारिक संभ्रमाचाच एक अगदी स्पष्ट परिणाम आहे. म्हणजे धर्माच्या बाबतीत विचारांची स्पष्टता असणं तर फार गरजेचं आहे.

धर्माचा हेतू हा 'सुंदर इमारती' उभ्या करणं हा नसतो; तर सहिष्णुता, दयाळूपणा आणि प्रेम यांसारख्या मानवी गुणांची सकारात्मक जोपासना करणं हा असतो. प्रत्येक धर्माची तत्त्वचिंतनाची पद्धती वेगळी का असेना, पण त्यांची उभारणी मात्र 'आपण आपला स्वार्थीपणा कमी करावा आणि इतरांची सेवा करावी' या नीतिपर तत्त्वावर झालेली आहे. दुर्दैवानं कधी कधी धर्माच्या नावावर, भांडणं सोडवण्यापेक्षा माणसं जास्त भांडणं करतात. विविध श्रद्धांचं जे जे लोक पालन करतात त्यांच्या हे लक्षात यायला पाहिजे की, प्रत्येक धर्ममध्ये प्रचंड महत्त्वपूर्ण असं मूल्य असतं आणि हेच मूल्यं मानसिक तसंच आध्यात्मिक आरोग्यासाठी माध्यम म्हणून काम करू शकतं.

इस्रायली आणि पॅलेस्टिनी जनतेमध्ये सध्या शांततेच्या दृष्टिकोनातून ही प्रगती झाली आहे ती पाहिल्यामुळे मला मनापासून आनंद वाटतो आहे. माझ्या मते अशा समस्या सोडवण्याचा एकमेव उपाय म्हणजे दोन्हीही पक्षांनी बंदुका बाजूला ठेवून समोरासमोर चर्चा केली पाहिजे. अहिंसक पद्धतीने एकत्र जगून सर्व माणसांचं स्वातंत्र्य फुलून आलं पाहिजे.

तलवारी नांगराच्या फाळात रूपांतरित झाल्याबद्दलचा एक फार सुंदर संदर्भ बायबलमध्ये आहे. त्यात किती छान उपमा आहे, एका शस्त्राचं रूपांतर होतं, मानवी गरजांना मूलभूत असणाऱ्या एका साधनामध्ये! आंतरिक आणि बाह्य पातळीवरचं नि:शस्त्रीकरण सूचित करणारं असं हे प्रतीक आहे. या प्राचीन संदेशातील मर्म ध्यानात घेऊन मला असं वाटतं की, या संपूर्ण ग्रहावरची शस्त्रं पूर्णतया नाहीशी व्हायला पाहिजेत. या योजनेवर आपल्याला आज भर देण्याची फार गरज आहे. कारण ही योजना खरं तर केव्हाच अमलात यायला हवी होती. नि:शस्त्रीकरणामुळे

अमाप प्रमाणात मानवी संसाधनांचे स्रोत मोकळे होतील आणि हेच स्रोत पर्यावरण रक्षण, दारिद्र्याचं निर्मूलन आणि टिकाऊ असा मानवी विकास अशी कामं करण्यासाठी पुढे येतील.

या आधारावर वसवलेल्या माझ्या देशाच्या-तिबेटच्या भविष्याचं स्वप्न मी नेहमी साकारत असतो. तिबेट ही तटस्थ आणि शस्त्रास्त्रविरहित अशी अभयभूमी असेल; तिथं अस्त्र - शस्त्रांना मज्जाव असेल आणि निसर्गासह सुसंवाद साधून माणसं जीवन जगतील. त्याला मी 'अहिंसेची भूमी' असं संबोधन देईन. हे काही निव्वळ एक स्वप्न नव्हे तर - आमच्या देशावर दु:खदपणे आक्रमण होण्याच्या आधीच हजारो वर्षांपासून तिबेटी जनतेनं अशाच वातावरणात राहण्याचा प्रयत्न केलेला होता. बौद्ध तत्त्वांनुसार, तिबेटमध्ये वन्य जीवनाचं संरक्षण केलं जात होतं. पर्यावरणाच्या संरक्षणासाठी आम्ही नियमांची रचना केलेली होती; परंतु खरं तर लहानपणापासून आमच्यावर श्रद्धांचे संस्कार झालेले होते, त्यातूनच मुख्यत्वे निसर्ग संरक्षण साधलं जात होतं.

मी भविष्याबद्दल आशावादी असतो, हे सांगून मी माझे विचार आता संपवतो. अधिक उत्तम विश्व निर्माण होऊ शकतं, असं सुचवणारे आश्वासक विचारप्रवाह सध्या दिसून येतात. पृथ्वीबद्दलच्या आपल्या दृष्टिकोनात जो झपाट्यानं बदल घडून येतो आहे, तो बदल म्हणजे आशेचा किरण आहे. एका दशकापूर्वीपर्यंत, जगातले नैसर्गिक स्रोत आपण अजिबात विचार न करता बेमुर्वतखोरपणे गिळंकृत करून टाकले. जसं काही त्या स्रोतांना अंतच नाही असं आपल्याला वाटत होतं. अनिर्बंध उपभोगवाद हा पर्यावरण आणि सामाजिक कल्याण या दोहोंनाही घातक आहे, हे समजून घेण्यात आपल्याला अपयश आलं. म्हणूनच आता व्यक्ती आणि विविध देशांच्या सरकारी यंत्रणा नवीन अशा पर्यावरणीय आणि आर्थिक संरचनेचा शोध घेत आहेत.

□

'परस्परावलंबनाचा छायावृक्ष'

परमपावन दलाई लामा यांनी लिहिलेली पर्यावरण,
निसर्गविषयक दीर्घकविता

———

१ हे तथागता
इक्ष्वाकु कुळात जन्मलेल्या ईश्वरा
अद्वितीय तू -
पर्यावरण अन् जीवसृष्टी
संसार अन् निर्वाण
चल अन् अचल
यांच्यातलं परस्परावलंबनाचं
सर्वव्यापी स्वरूप
तू निरखतोस,
करुणेखातर विश्वाला शिकवण देतोस.
तुझ्या दयाळूपणाचा
आम्हावर वर्षाव कर.

२ हे रक्षणकर्त्या,
अवलोकितेश्वर हे तुझं नाव.
साऱ्या बुद्ध अवतारांमध्ये
करुणेचं मूर्तिमंत रूप तू.
आमचं चैतन्य परिपक्व होऊ दे
आणि सुफल होऊ दे
मायेपासून विमुक्त असं
सत्य पाहण्यासाठी.
याची आम्ही तुझ्याकडे
याचना करतो.

३   अनंत काळापासून आहे
    आमच्या मनावर कोरली गेलेली
    कठोर स्वकेंद्रीतता.
    साऱ्या सजीवांच्या समान
    कर्मामुळे
    पर्यावरण होते आहे
    खराब, निकृष्ट आणि प्रदूषित.

४   तळी आणि डबकी यांचा
    हरवला आहे स्वच्छपणा, थंडपणा;
    वातावरण विषारी.
    निसर्गाचं स्वर्गीय छत
    तापट अशा आकाशाखाली
    होऊन गेलं आहे छिन्न - विच्छिन्न;
    आणि सजीव भोगत आहेत व्याधी
    पूर्वी ठाऊक नसलेल्या.

५   बारमास तेजानं झळाळणारे हिमपर्वत
    झुकत आहेत अन् विरघळत आहेत.
    दिमाखदार सागर हरवत आहेत
    त्यांच्यातली सनातन स्थिरता.
    आणि बेटं जात आहेत जलमय होऊन.

६   अग्नी, पाणी आणि वायू यांचे धोके
    झाले आहेत अमर्याद.
    लाही लाही करणाऱ्या उष्णतेनं
    हिरवीकच्चं रानं जात आहेत कोळपून.
    अभूतपूर्व वादळांचे फटके बसत आहेत जगाला,
    अन् सागर देत आहेत त्यांचा खारटपणा
    पंचमहाभूतांना.

७   लोकांना पैशांची कमी नाही;
    पण तरीही स्वच्छ हवेचा श्वास घेणं

त्यांना परवडत नाहीये.
पावसानं आणि झऱ्यांनी
सारं कसं लख्खं होतच नाहीये;
कारण पाऊस आणि झरे झाले आहेत
निव्वळ सुस्त, सामर्थ्यहीन द्रवपदार्थ.

८   मनुष्य प्राणी
आणि असंख्य जीव
पाण्यावर आणि जमिनीवर राहणारे -
दुर्घट आजारांमुळे येणाऱ्या
शारीरिक वेदनांच्या जोखडाखाली
झोकांड्या खातात;
त्यांची मनं कोमेजलेली
सुस्तीनं, धुंदीनं आणि अज्ञानानं -
शरीर आणि आत्म्याचा आनंद मात्र
राहून जातो दूर दूर कुठेतरी!

९   आपल्या भूमातेचं वक्षस्थल
आपण अकारण दूषित करतो
आपली संकुचित हाव भागवण्यासाठी
ओरबाडून काढतो तिची झाडं,
सुपीक जमिनीला नापीक
वाळवंट करून टाकण्यासाठी.

१०   बाह्य वातावरण
आणि जनमानसाचं अंतर्गत विश्व
हे परस्परांवर अवलंबून असतं.
तंत्रांचे ग्रंथ त्याबद्दल सांगतात;
औषधं आणि खगोलशास्त्रावरही
परिणाम होत असतो.
आपल्या सध्याच्या अनुभवावरून
हे तर चांगलंच पटतं आहे.

११ पृथ्वी हे सजीवांचं घर आहे;
चल आणि अचल यात तिथं
समानता आहे, भेदभाव नाही.
या महान पृथ्वीलाच साक्षी ठेवून
बुद्धानं हे आश्वासक सत्य सच्च्या
आवाजात सांगितलं.

१२ चैतन्यमय आईचा दयाळूपणा
सज्जन माणसाला जसा भावतो;
आणि तो उतराई देखील होतो.
तशीच ही पृथ्वी, विश्वमाता
साऱ्यांना सारखंच फुलवणारी,
निदान तिला स्नेह आणि काळजी
हे तरी दिलंच पाहिजे.

१३ सोडून द्या उधळ-माधळ;
नका करू प्रदूषित
चार तत्त्वांनी युक्त निसर्गाला
होऊ देऊ नका लोकांचं अकल्याण;
उलट, हरवून टाका स्वत:लाच
इतरांसाठी कल्याणकारी असलेल्या
कर्मांमध्ये...

१४ एका वृक्षाखाली श्रेष्ठ वीर बुद्ध जन्मला होता.
एका वृक्षाखालीच त्यानं मनोविकारांवर जय मिळवला
अन् साक्षात्कारी झाला
दोन वृक्षांमधे तो निर्वाणाला गेला.
खरंच, बुद्धानं वृक्षांना किती खरंखुरं
सन्मानित केलं.

१५ इथंच, मंजुश्रीची उत्पत्ती झाली
लामा चोङ्खापाचा देह उमलून आला.
हे घडलं चंदनवृक्षाच्या साक्षीनं,

बुद्धाच्या हजारो प्रतिमा लेवून.

१६   ही गोष्ट ठाऊक नसते काय?
की काही अलौकिक देवता
ख्यात अशा ग्रामदेवता आणि आत्मे
वृक्षांमधेच निवास करतात.

१७   बहरलेली झाडं वारा निर्मळ करतात,
श्वास घ्यायला आपल्याला मदत करतात;
ही झाडं - डोळ्यांना सुखद आणि
मनाला शांतवणारी
त्यांची छाया म्हणजे हवंसं असं
विसाव्याचं स्थान.

१८   'विनय' मध्ये बुद्धानं
भिक्खूंना शिकवण दिली,
काळजी घेण्याची
कोवळ्या कोवळ्या रोपट्यांची.
यातूनच तर आपल्याला
जाणवत गेलं महत्त्व
वृक्षारोपणाचं अन् मुख्य म्हणजे
वृक्षसंगोपनाचंही.

१९   बुद्धानं काहीही कापण्याची भिक्खूंना मनाई केली.
कारण जिवंत रोपटी कापल्यानं
बिया नष्ट होतात किंवा तजेलदार
हिरवं गवत मालवून जातं.
यावरून तरी आपल्याला आपल्या वातावरणावर
प्रेम करायची, त्याची जपायची
प्रेरणा मिळू नये का?

२०   असं म्हटलं जातं की स्वर्गीय राज्यात
बुद्धाचे आशीर्वाद
वृक्षांमधून उत्पन्न होतात.

आणि क्षणभंगुरतेसारखी बुद्धानं
सांगितलेली मूलतत्त्वं
वृक्षांच्या सळसळीतून सादावत जातात.

२१   झाडं घेऊन येतात पाऊस.
झाडं धरून राहतात मातीला घट्ट.
इच्छा पूर्ण करणारा वृक्ष - कल्पतरू
साक्षात्पणे पृथ्वीवरच असतो,
आपल्या सेवेसाठी तो उभा असतो.

२२   प्राचीन काळात
आपल्या वाडवडिलांनी झाडांची फळं खाल्ली.
त्यांची पानं अंगावर धारण केली.
लाकडाच्या घर्षणातून अग्नीचा शोध लावला.
एखादा धोका सामोरा आला तेव्हा
झाडांच्या पर्णराजीचा आसरा घेतला.

२३   अगदी आजच्या या विज्ञानाच्या
अन् तंत्रज्ञानाच्या युगातही
झाडं आपल्याला आसरा देतात.
लाकडी खुर्च्यांवर आपण बसतो,
लाकडी पलंगावर आपण झोपतो.
क्रोधाच्या आगीनं
खटक्यांच्या इंधनानं
जेव्हा आपलं हृदय पेटून उठतं
तेव्हा झाडंच आपल्यासाठी आणतात
ताजातवाना करणारा सुखद असा थंडावा.

२४   झाडांमध्येच मुळं अध्याहृत असतात
उदाहरणच पहा ना, जंबूच्या झाडाचं
नाव मिरवणारं जंबूद्वीप !
तिथलंही सारं जीवन या पृथ्वीतलावरून
पुसलं जाईल,

आणि उरेल निव्वळ सुनं सुनं
ओस असं वाळवंट!

२५   आयुष्यासाठी महत्त्वाचं काय
तर जीवन - जलरूपी जीवन!
हे ओळखूनच, 'विनय' मधील
नियमावलीत, सजीवांबरोबर
पाण्याचा वापर करण्यावरही,
बुद्धानं बंधनं सांगितली आहेत.

२६   हिमालयात दूरवर,
फार फार पूर्वी, तिबेटच्या भूमीवर
शिकारीवर, मासेमारीवर बंधनं
पाळली जात होती.
ठराविक काळासाठी, अगदी बांधकामाच्या
वेळी त्याचा आदर राखला जायचा.
त्या परंपरा उदात्त तर होत्याच,
कारण इवल्या, असहाय, प्रतिकार
करू न शकणाऱ्या जीवांना, त्यामुळं
वाचवलं जायचं, तगवलं जायचं.

२७   कसलीही संवेदनशीलता न बाळगता किंवा न अडखळता
अन्य जीवांच्या आयुष्याशी खेळणं
जसं केवळ गमतीसाठी शिकार करणं
किंवा मासे पकडणं.
या साऱ्या कृती आहेत.
बेफिकिरीच्या आणि अनावश्यक हिंसकतेच्या,
अन् साऱ्या सजीवांचा पवित्र हक्क
मोडीत काढणाऱ्या.

२८   निसर्गाबद्दल जागरूक असणं
चल- अचल अशा साऱ्या जीवांमधील
परस्परावलंबित्व समजून घेणं महत्त्वाचं,

निसर्गातली ऊर्जा संरक्षित राखण्याच्या
आणि जपण्याच्या कामी
आपल्या प्रयत्नांमधे आपण ढिलं
पडून चालणार नाही बरं!

२९ एखाद्या विशिष्ट दिवशी, महिन्यात आणि वर्षात
वृक्षारोपणाचा मंगलप्रसंग साजरा व्हावा.
असं केलं म्हणजे,
आपली जबाबदारी सार्थकी लागते
इतरांचीही सेवा घडते.
अशा सेवेमुळं फक्त आपल्यालाच नव्हे तर
उपयोग होतो साऱ्यांनाच.

३० योग्य आहे तेच करण्याची ताकद,
अमंगल प्रथा आणि दुष्कृत्यांपासून
दूर राहण्याचा निर्धार
फुलून, फळून येऊ देत; अन्
विश्वातली समृद्धी वाढवू देत.
साऱ्या सजीवांना त्यानं नवचैतन्य लाभू देत,
आणि त्यांची आयुष्यं बहरू देत,
गर्द छायेचा आनंद आणि
प्राचीनतेचा हर्ष, ओढ
चिरंतनपणे वाढू देत,
पसरू देत,
आणि साऱ्या साऱ्याला व्यापून राहू देत,
कवेत घेऊ देत!

२ ऑक्टोबर १९९३ रोजी, परमपावन दलाई लामांच्या हस्ते भारतीय जनतेला बुद्धप्रतिमा अर्पण करण्यात आली. त्यावेळी ही कविता प्रकाशित झाली.

□

विभाग ३

तिबेटचा इतिहास व स्वातंत्र्य संघर्ष

डॉ. सुरुची पांडे

'जोपर्यंत एखादा जीव देखील
श्वास घेत राहील,
तो जिथं कुठे असेल,
तिथं तिथं, करुणामय
बुद्ध अवतार
घेत राहील.'

संपूर्ण तिबेट देशाची धार्मिक प्रेरणा या अल्पाक्षर, रमणीय कवितेतून व्यक्त होते. 'हिमभूमी' किंवा 'जगाचं छप्पर' म्हणून ओळखला जाणारा हा देश. तिबेट म्हणजे दलाई लामांचा देश, बौद्ध धर्माचं पालन करणारा देश अशी प्राथमिक ओळख करून देता येईल. जगभरातल्या देशांचा परिचय करून देणाऱ्या आपल्या भूगोलाच्या पाठ्यपुस्तकांमध्ये देखील 'तिबेट'चा फारसा उल्लेखच नसतो. तिबेटवर चीननं केव्हाचाच हक्क दाखवलेला आहे. या बलाढ्य सत्तेविरुद्ध पन्नास वर्षे तिबेटी नागरिक लढा देत आहेत. 'तिबेट' हा स्वतंत्र देश म्हणून त्याचं अस्तित्व पुसण्यासाठी चिनी ड्रॅगन सरसावलेला आहे. दलाई लामा त्यांच्या सभ्य, सौम्य पण ठाम शब्दांमध्ये तिबेटच्या स्वातंत्र्यलढ्याला जगाकडून सहकार्य मिळावं म्हणून सातत्यानं कार्यरत आहेत.

प्रत्येक देशाच्या संस्कृतीत नीतिकथांना एक स्वतंत्र स्थान असतं. तिबेटबद्दल जाणून घेताना हा धागा पकडून आपण जाऊ या. आपल्या पंचतंत्र, हितोपदेशाप्रमाणं तिबेटमध्येही परंपरेनं चालत आलेल्या प्राणी, पक्षी यांच्या कथा आहेत! त्याचं वरचं फोलपट किंचितसं सारून पाहिलं की, चिरंतन सत्य, शहाणपण, नीती या साऱ्यांचं महत्त्व सांगणारे झरेच खालून झुळझुळत वाहतात. 'शहाण्या उंदरां'ची ही मुक्त कविता पाहा ना.

'उंदीर सारं अन्न खाऊन टाकतायत्!
त्यांना हाकललंच पाहिजे,
आपण त्यांना मारू नाही शकत,
त्यांना दूर दूर नेऊन सोडू.

दलाई लामा : विश्व करुणेचा स्वर ७५

म्हातारी माणसं हसतात:
पुटपुटतात, 'ते परत येतील,
ते नेहमीच परत येतात.'
तरणी पोरं विचारतात,
तुम्ही कसं सांगू शकता?
दरवेळी असं कसं होईल?'

'आम्ही त्यांच्या पाठीवर गडद
लाल रंग फासू.'
उंदीर पकडले.
प्रत्येकाला रंगवले आणि
पाठीवरच्या पिशवीत टाकून नेले.

लांबवर गेल्यावर
उंदरांना सोडून दिलं.
तरण्या पोरांना परतायची घाई होती.
डोंगरशिखरं आणि नद्या,
दऱ्या आणि टेकड्या,
कुठल्याच उंदराला ओलांडायला
जमलं नसतं.

काही दिवस गेले. तरण्या
पोरांनी खिजवून विचारलं,
'कुठायत् लहान लहान उंदीर?'

तीन आठवडे उलटले
अन्न टेबलावर मांडलंय्, चाम्पा आहे, मांस आहे,
रिकाम्या खोलीत हालचाल झाली,
लहानशा पावलांची चाहूल लागली

टेबलाच्या पायावरून एक काळपट आकृती चढू लागली,
तिचं एवढंसं डोकं वर आलं,
अन्नाचा वास हुंगला

मिशा आखडल्या
हा उंदीर आता भरपेट खाणार!

त्याच्या टोकदार दातांनी तुकडे केले
या उंदरामागोमाग आता बाकीचेही आले,
अशक्त, लुकडे झालेले,
तसेच काळपट अंग
अन् चमकदार लुकलुकते काळे डोळे,
त्यांच्या अंगावरही होत्या
लाल रंगाच्या खुणा!'

ही का फक्त उंदरांच्या येण्याजाण्याची कविता आहे? तर तसं नाही. लहान मुलांना 'कर्म' ही संकल्पना स्पष्ट करून सांगण्यासाठी ही कथा वापरली गेल्याचे कळते. पुन्हा पुन्हा हाकलले तरी येणारे हे उंदीर म्हणजे माणसाची गतकृत्यं! किती का त्यांच्यापासून दूर जाण्याचा प्रयत्न करा, ती तुमच्या मागे मागे येणारच. कर्माचा म्हणजे कार्य-कारणाचा संबंध उलगडून दाखवायला हे रूपक वापरले गेले आहे. उत्तम कामं केली तर त्याचे परिणाम माणसाला निर्वाणाच्या रोखानं पुढं पुढं नेत राहतात, ह्यावर प्रत्येक तिबेटी माणसाचा ठाम विश्वास असतो.

तिबेटचा संक्षिप्त इतिहास

इ. स. च्या सातव्या शतकापूर्वीच्या तिबेटबद्दल फारशी माहिती मिळत नाही. काही तिबेटी ग्रंथांमधील कथांवरून असे म्हटले जाते की, इसवीसनपूर्व पहिल्या शतकात मगध (बिहार) प्रदेशातील एका राजपुत्राने तिबेटमध्ये आपलं राज्य स्थापलं होतं. पुढं त्याच्या बत्तीस वंशजांनी तिथं राज्य केलं. या कथेशिवाय आणखीही एक संदर्भ असा आहे की, कोसल देशाच्या प्रसेनजित याचा वंशज तिथं राज्य करीत होता. वत्स देशाचा राजा उदयन याच्या वंशजांचाही तिबेटशी संबंध सांगितला जातो.

बौद्ध धर्माची ओळख होण्याआधी तिबेटमध्ये भटक्या टोळ्यांचे वर्चस्व होते. इ. स. पूर्व २०० च्या सुमाराचा हा काळ आहे. पशुपालन हा या टोळ्यांचा मुख्य व्यवसाय होता. या टोळ्यांनी आपलं राज्य वाढवलं. तिबेटी दंतकथेनुसार या टोळ्यांमधील एक कर्तृत्ववान पुरुष पुग्याल हा तिबेटचा पहिला राजा होय. 'चिअँग' नाव असलेल्या या भटक्या टोळ्यांनी निसर्गपूजेवर आधारलेला 'बोन' नावाचा धर्म प्रचारात आणला. या धर्मात भुताखेतांच्या पूजेचेही फार महत्त्व होते.

तिबेटमधील बौद्ध धर्माच्या इतिहासानुसार न्यात्री सेनपो हा ऐतिहासिक दृष्ट्या पहिला राजा होता. परमपावन दलाई लामा यांच्या पहिल्या स्मृतिकथनात

('माय लँड अँड माय पीपल' या पुस्तकात) तिबेटच्या या इतिहासाचा उत्तम परामर्श घेतला गेलेला आहे. तिथंही म्हटलं आहे की, 'ञ-ट्रि चन पो' या पहिल्या राजाच्या आधिपत्याखाली जवळ जवळ २००० वर्षांपूर्वी भटक्या टोळ्या तिबेटात एक राष्ट्र म्हणून एकत्र आल्या. त्यांच्यानंतर चाळीस राजांनी तिबेटवर राज्य केलं. पहिल्या सत्तावीस राजांच्या कारकिर्दीबद्दल फारशी माहिती मिळत नाही; पण अठ्ठाविसावा राजा महत्त्वाचा ठरला. त्याचं नाव होतं, 'ल्ह-थो-रि-ञन-चन'. त्याच्या काळात बौद्ध धर्मग्रंथांचा तिबेटमध्ये प्रवेश झाला. त्याच्यानंतर तेहतिसाव्या राजाने बौद्ध धर्म दृढपणे रुजावा म्हणून प्रयत्न केले. या राजाचं नाव होतं, 'सोङ्चन गम्पो' हा अतिशय बलाढ्य आणि पराक्रमी राजा होता. चीनच्या राजाचा पराभव करून, त्यानं 'वेन चेन' नावाच्या चिनी राजकन्येशी विवाह केला; याशिवाय त्याने नेपाळी राजकन्येशीही विवाह केला होता. चिनी राजकन्या आपल्याबरोबर बुद्धाच्या मूर्ती घेऊन आली.

सोङ्चन गम्पो यानं 'थुमि सम्भोट' नावाच्या आपल्या मंत्र्याला अध्ययनासाठी भारतात पाठवलं. हा सातव्या शतकाचा काळ होता. या काळापूर्वी तिबेटी भाषेला लिपी नव्हती. वेगवेगळ्या प्रदेशात वेगवेगळ्या बोली होत्या. सोङ्चन गम्पो यानं सर्व तिबेट तसेच चीन व नेपाळचाही बराच भाग आपल्या अधिकाराखाली आणला होता. त्यामुळे राज्यकारभाराच्या दृष्टीनं लिपीच्या कमतरतेची उणीव त्याला चांगलीच जाणवू लागली. पुढं त्याचा भारताशी संबंध आला. भारतातील विद्या, धर्म आणि संस्कृती यांची त्याला काही माहिती मिळाली. म्हणून मग त्याने 'थुमि सम्भोट' याला भारतीय लिपी, संस्कृत भाषा आणि बौद्ध शास्त्रांचा अभ्यास करण्यासाठी भारतात नालंदा विद्यापीठात पाठवले. तिथं बरीच वर्षे अध्ययन करून त्यानं 'वू-चेन' (शिरोरेखा असलेली) आणि 'वू-मे' (शिरोरेखा नसलेली) अशी दोन प्रकारची लिपी तयार केली. ही लिपी बनवल्यानंतर थुमि यानं तिबेटी भाषेचे व्याकरण तयार केले. स्वत: राजानं - सोङ्चन गम्पो यानं या भाषेचे व थुमि याने संस्कृत ग्रंथाच्या केलेल्या अनुवादाचे अध्ययन केले. संस्कृत भाषेतून तिबेटीत अनुवाद करण्यासाठी त्यानं भारतीय, नेपाळी पंडितांची तसेच चिनी भिक्खूंची नेमणूक केली. या ज्ञानप्रिय राजाच्या काळातच जोखाङ्चे देवालय, अन्य बौद्ध मठ तसेच पोताला राजवाड्याच्या बांधकामांना सुरुवात झाली. सोङ्चन गम्पो राजाच्या काळात तिबेटची एकूणच भरभराट झाली.

पुढं 'ठ्रिझोङ् देउचन' या सदतिसाव्या राजानं बौद्ध धर्माच्या दृष्टीनं आणखी मूलभूत गोष्टी केल्या. चीनशी युद्ध आणि राज्यविस्तार एवढ्याच गोष्टींवर पूर्वीच्या राजांचे लक्ष मुख्यत्वे असायचे. पण 'ठ्रिजोङ् देउचन' यानं बौद्ध धर्मास राजाश्रम दिला आणि 'सम-ये' या मठाची स्थापना केली. आचार्य पद्मसंभव या भारतीय विद्वानास त्यानं तिबेटात बोलावलं. आचार्य पद्मसंभव हा नालंदा विद्यापीठातील मोठा

आचार्य होता. त्यानं तिबेटात आधी प्रचारात असलेल्या बोन धर्माचा अभ्यास केला आणि लोकांवर हळूहळू बौद्ध धर्माचा प्रभाव बिंबवला. बौद्ध धर्मातील योगाचाराचे ज्ञान त्याने दिले. बौद्ध परंपरेत पद्मसंभवाला द्वितीय बुद्ध मानले जाते.

तिबेटच्या या इतिहासात या दोन राजांबरोबर 'ङ्-दग ठ्रिरल' या चाळीसाव्या राजाचं नाव सन्मानानं घेतलं जातं. चिनी आणि तिबेटी लोकांमध्ये सामंजस्याची सुरुवात यानं केली. युद्धानं येणाऱ्या कुरबुरीपेक्षा त्यानं मैत्री, सद्भावना यांना अधिक महत्त्व दिलं. या धोरणाची खूण, स्मृती म्हणून तीन दगडी खांब रोवले गेले.

तिबेटच्या पुढच्या राजकीय इतिहासात दुफळी, वैर आणि भांडणं याचे संदर्भ मिळतात, अराजकता दिसते. पुढं १२४७ मध्ये साक्य (शाक्य) पंथीय लामाची तिबेटवर नेमणूक झाली. त्याचं नाव होतं 'छोग्यल फग-पा.' हा तिबेटचा पहिला धर्मगुरू - राजा. यानंतर विविध लामांनी राज्य केलं. पंधराव्या शतकात तिबेटवर पुन्हा मंगोलियाचे वर्चस्व निर्माण झाले. मंगोलियाचा एक राजपुत्र - आल्तनखान यानं सोनम ग्याछो या लामास 'ता' किंवा 'दलाई' हा किताब दिला. मंगोलियन भाषेत 'दलाई' शब्दाचा अर्थ होतो 'ज्ञानाचा, सद्गुणांचा महासागर'. आतापर्यंत कर्मापा पंथाचे धर्मगुरू हे राजाचे सल्लागार होते. ते स्थान आता गेलुग्पा पंथाच्या दलाई लामांना मिळाले. आणि मग उत्तरोत्तर त्यांचे महत्त्व वाढत गेले. पहिला दलाई लामा हा 'चोङ्खापा' याचा शिष्य होता. पाचव्या दलाई लामाला चीनच्या मांचू सम्राटानं 'तिबेटचा राजा' म्हणून सन्मानित केलं.

पाचव्या दलाई लामानं धर्मसत्ता आणि राजसत्ता या दोन्हींचा समन्वय साधून आणला. पाचव्या दलाई लामांच्या मृत्यूनंतर लाबझांगखान हा मंगोल सत्ताधीश आला. त्याच्यात व तिबेटी जनतेत सत्तेबाबत संघर्ष सुरू झाला. या मंगोल राजाने सहाव्या दलाई लामाला अपात्र ठरवले व स्वत:च नवीन लामाची नेमणूक केली. त्यामुळं तिबेटात बंड उभे राहिले. हे बंड मोडून काढायला लाबझांगखानने चीनकडून मदत मागितली. त्यावेळी चीनमध्ये मांचू सम्राटांचे राज्य होते. १७२० च्या सुमारास त्यांनी सैन्य पाठवून तिबेटातलं बंड मोडून काढले आणि नवीन दलाई लामाची स्थापना केली. ल्हासामध्ये चीनच्या मांचू सम्राटांनी 'अमबन' हे आपले प्रतिनिधी नेमले. तिबेटमध्ये चीनने यावेळी आपले पाय पसरले, ते पुढे १९१२ पर्यंत रोवलेलेच राहिले. सहाव्या दलाई लामापासून बाराव्या दलाई लामापर्यंतचे लामा, देश सांभाळण्याच्या दृष्टीने तितकेसे प्रभावी ठरले नाहीत. त्यातल्या सहाव्या दलाई लामांचं मात्र एक वेगळं स्थान तिबेटच्या साहित्यात आहे.

सहावा दलाई लामा हा तरल प्रतिभेचा एक कवी होता. 'छंग यांग ग्याछो' हे त्याचं नाव. सहावा दलाई लामा हे एक निराळंच व्यक्तिमत्त्व होतं. तो ज्या काळात तिबेटात होता तेव्हाची तिबेटची परिस्थिती राजकीय दृष्ट्या फारच अस्थिर आणि

अवघड होती. सहाव्या दलाई लामाला पुनरावतार म्हणून शोधल्यानंतर त्याचं शिक्षण विलक्षण गुप्तता राखून करण्यात आलं. नंतरचं त्याचं आयुष्य खळबळजनक होतं, एकाकी होतं. त्याच्या मृत्यूबद्दलही शंका व्यक्त करण्यात आली. त्याचा मृत्यू एखाद्या आजारानं झाला की, शत्रूनं त्याचा खून करवला याबाबत प्रवाद आहेत. या दलाई लामानं राजप्रतिनिधिच्या मुलीशी विवाह केल्याचेही मत मांडले जाते. परंतु, या सहाव्या दलाई लामाच्या कविता पाहिल्या तर तो एक अतिशय संवेदनशील, बुद्धिमान माणूस असावा हे जाणवते. आयुष्यातली तगमग, हताशपण त्याच्या कवितांमध्ये उमटलं आहे तर काही ठिकाणी अतिशय मोजक्या शब्दांत आयुष्यावरचं चिंतन मांडलं आहे. याठिकाणी उदाहरणादाखल काही कवितांची स्वैर रूपांतरे दिली आहेत.

'माझं मन दिवसभर भटकतं,
रात्रीही मी झोपू शकत नाही.
रोजच्या घडामोडी संपतच नाहीत;
अन् थकवा - हाच जणू माझा एकमेव सखा.'

'लिहिलेली छोटी अक्षरं
पाण्यानं पुसली गेली.
न लिहिलेल्या आठवणी
कधीच नाही पुसल्या गेल्या.'

'मी गेलो माझ्या गुरूसमोर
शिक्षण घ्यावं म्हणून
मागे घरात तुझ्यात गुंतलेलं माझं मन
सतत स्वतःशी झगडत राहिलं.'

'मी प्रेमात पडलो तेव्हा विचारलं
'माझ्याबरोबर येशील, राहशील?
तिनं झटकन् उत्तर दिलं,
निश्चितच राहीन, शेवटचा श्वास घेईपर्यंत.'

सहाव्या दलाई लामाचं खंतावलेलं मन आपल्यालाही कसली तरी हुरहूर लावून जातं,

'संसदेतले ते वादविवाद
वारा आणि दगड मिसळलेले

मला त्याचा वीट आलाय्.
डागाळलेलं हसू वागवणारे
सारे छुपे, कृत्रिम सभ्य गृहस्थ,
मला त्यांचाही वीट आलाय्.'

'मृत्यूच्या वेळी, साऱ्या कृत्यांचा
आरसा धरून न्यायदेवता - यम उभी असते.
इथं काही न्याय नाही.
तिथं तरी, कृपा करून, मला न्याय मिळू दे.'

सहाव्या दलाई लामांच्या हळुवार कविता हे तिबेटी साहित्याचं एक सुंदर रूप आहे; तर अकराव्या शतकातील 'मिलारेपा' यांना तिबेटचा राष्ट्रकवी म्हणून मानलं जातं. त्यांनी एक लाख काव्यपंक्ती लिहिल्या आहेत. तिबेटी साहित्यातले हे महत्त्वाचे संदर्भ आहेत. त्याचप्रमाणे 'क-ग्युर' हा बुद्धांच्या वचनांचा संग्रह १०८ खंडांमध्ये आहे; आणि त्यावर टीका असणारा 'त-ग्युर' हा ग्रंथ २२५ खंडांचा आहे. बौद्ध धर्मसाहित्य हे मोठ्या प्रमाणात तिबेटी भाषेत अनुवादित केले गेले आहे. आज तर अशी परिस्थिती आहे की. काही महत्त्वाचे मूळ संस्कृत ग्रंथ मिळत नाहीत पण ते तिबेटी भाषेत मात्र जपले गेले आहेत व त्यावरून पुन्हा संस्कृतात हे साहित्य संपादित करता येते.

तेरावा दलाई लामा हा पुन्हा कर्तृत्ववान नेता म्हणून महत्त्वाचा ठरला. त्यानं तिबेटच्या लोकांचा जीवनमानाचा दर्जा सुधारला. देशात सुव्यवस्था आणली, विद्यार्थ्यांना परदेशात शिक्षणासाठी पाठवलं, आंतरराष्ट्रीय संबंध वाढवायला सुरुवात केली. याचबरोबर टपाल सेवा सुधारली. अठराव्या शतकाच्या सुमारास वॉरन हेस्टिंग्जने मैत्री संबंध वाढवायचा प्रयत्न केला पण त्याला तितकेसे यश आले नाही. यानंतर १८९३ मध्ये ब्रिटिशांनी तिबेटसंबंधी चीनबरोबर करार केला. हळूहळू पुन्हा राजकीय खेळी, घडामोडींना सुरुवात झाली. युद्धाच्या चकमकी उडू लागल्या. ब्रिटिशांनी तिबेटबद्दल रशिया व चीन यांच्याबरोबर करार केले. त्यावेळी मांचू राजवटीनं तिबेट हा आपलाच भाग आहे, असे गृहीत धरून त्याचे परराष्ट्रसंबंध आणि संरक्षण यांची जबाबदारी घेतली. तिबेटच्या स्वतंत्र राष्ट्र या स्थानाला ग्रहण लागायला सुरुवात झाली होतीच. नंतर झालेल्या विविध करारांचा इतिहास प्रसिद्ध झालेला आहेच. तिबेटला हळूहळू चीनचं वर्चस्व धुडकावून लावणं मुश्किल होऊ लागलं त्यामुळं जगाशी स्वतंत्र राष्ट्र म्हणून संबंध राखण्याचं महत्त्व तिबेटी जनतेच्या लक्षात येऊ लागलं. चीनविरोधी प्रचार जोर पकडू लागला आणि अन्याय, जुलूम, जबरदस्ती यांचं दुष्टचक्र तिबेटी जनतेला ग्रासू लागलं. ल्हासा या तिबेटच्या राजधानीत बंडाचा

उठाव झाला. तेव्हा चौदावे दलाई लामा त्यांच्या काही अनुयायांसह रोमहर्षक पद्धतीनं निसटून भारतात आश्रयार्थ आले. ते साल होतं १९५९. नंतर चीनच्या सरकारने तिबेटी सरकार बरखास्त केले आणि एका स्वतंत्र समितीची स्थापना करून पनछेन लामास तिचं अध्यक्षपद दिलं. तिबेटमध्ये जुलमी अशा चिनी लष्करी हुकूमशाहीला सुरुवात झाली. चीनला अपेक्षित असलेले सहकार्य पनछेन लामाने दिले नाही म्हणून साम्यवादी धोरणानुसार १९६४ मध्ये त्याला काढून टाकण्यात आलं. 'तिबेट हा चीनचा एक स्वायत्त भाग आहे' या गृहीतकावर चीननं आपली पकड आवळत आणली. तिबेटच्या स्वातंत्र्याचा लढा, तिबेटी जनता, संस्कृती, भाषा जपण्याचे आटोकाट प्रयत्न हे चौदाव्या दलाई लामांचं आयुष्यभराचं ध्येय आहे. अहिंसेचा आग्रह न सोडता जवळ जवळ गेली पन्नास वर्षं हा लढा दलाई लामा देतच आहेत. तिबेटच्या प्रश्नावर एकंदरीतपणे जगात माहिती पोचविण्याचं काम, जाणीव निर्माण करण्याचं मोठं काम दलाई लामा करत आहेत. दलाई लामा हीच तिबेटची जणू ओळख आहे. भारतानं या विलक्षण ज्ञानी, चिंतनशील दलाई लामांना आपल्यात सामावून घेतलं. एखाद्या धार्मिक साधनेत आयुष्य घालवणं शक्य असूनही दलाई लामा 'तिबेटचं स्वातंत्र्य, तिबेटी जनतेवरचा अन्याय दूर करणे' या विचारांनी झपाटून जाऊन काम करत आहेत. आपल्या समोर असलेले हे जिवंत आदर्श आपण समजून घेणं फार गरजेचं आहे. चौदाव्या दलाई लामांच्या नावावर असंख्य पुस्तके प्रकाशित आहेत. 'माय लँड अँड माय पीपल' आणि 'फ्रिडम इन एक्साइल' ही त्यांची आत्मकथनं त्यांच्या राजकीय आणि व्यक्तिगत संघर्षाची पुरेपूर कल्पना आपल्याला देतात. चीनच्या दांभिकपणाची चित्रं आपल्यापुढं मांडतात. १९८९ चा शांतीचा 'नोबेल पुरस्कार' दलाई लामांना मिळाला. त्यांना इतरही अनेक सन्मान मिळालेले आहेत. त्यांच्या जीवनावर कित्येक माहितीपट तयार झालेत. हाइनरिश हारर याच्या 'सेव्हन इयर्स इन तिबेट' या पुस्तकात तिबेटचं आणि लहानग्या दलाई लामांचं खूपच सुंदर शब्दचित्र आपल्याला वाचायला मिळतं. याच पुस्तकावर आधारित चित्रपटही तयार झाला. यात ब्रॅड पिट या नावाजलेल्या अभिनेत्यानं काम केलं.

चौदाव्या दलाई लामांचं मोठेपण कशात आहे, तर अनेक झळा सोसूनही त्यांची श्रद्धा, आशा हरपलेल्या नाहीत. आपल्याला वाचूनही अंगावर काटा येतो अशा पद्धतीनं चिनी लष्करानं निष्पाप तिबेटी लोकांवर अनन्वित अत्याचार केले. परंतु, तिबेटनं आपला बौद्ध धर्मावरचा, अहिंसेवरचा विश्वास गमावलेला नाही. जगात अजूनही न्याय, चांगुलपणा शिल्लक आहे, या दुर्दम्य श्रद्धेवर विश्वास ठेवून पंच्याहत्तर वर्षांचे दलाई लामा तिबेटच्या स्वातंत्र्यासाठी झगडत आहेत. जगभर दौरे काढून जनमत जागवायचे काम करत आहेत. हे सारे करत असताना त्यांच्यामध्ये द्वेषाचा विखार, कडवटपणा नाही; त्यांचं निष्पाप हसू हरवलेलं नाही, नवं काय ते

जाणून घ्यायची उत्सुकता संपलेली नाही. थेट विचार मांडतानाच प्रसन्न दिलखुलासपणा, समोरच्या माणसाबद्दल त्यांना वाटणारा जिव्हाळा हे सारं जिवंत स्रोतासारखं खळाळत जातं. धर्म, संस्कृती, देश, प्रांत, भाषा हे सारं बाजूला ठेवून दलाई लामा 'आपलेच' आहेत, असं वाटतं.

तिबेटी समाज

तिबेटी समाजातील पूर्वीचे संदर्भ पाहिल्यास कळतं की, तिबेटात बहुपत्निकत्व, बहुपतिकत्व तसंच एकपत्निकत्व असे सर्व प्रकारचे विवाह अस्तित्वात होते. तिबेटी समाजातील अनेक जण मठवासी होऊन आयुष्यभर ब्रह्मचर्य पाळतात. आता आधुनिक काळात बहुपत्निकत्व या प्रथा फारशा दिसत नाहीत.

स्त्रियांना सामाजिक जीवनात सन्मानाने वागवले जाते. सरदार किंवा अधिकाऱ्यांच्या बायकांना उंची कपडे आणि दागिन्यांचा फार सोस असे. स्त्रियांचा पोशाख म्हणजे गडद कपड्याचा गुंडाळण्याचा एक विशिष्ट प्रकार असतो. जर स्त्रीनं रंगीत व पट्ट्यांचा झगा (एप्रन) घातलेला असेल तर ती स्त्री विवाहित आहे हे त्यातून सूचित होते. बौद्ध भिक्खु-भिक्खुणी गडद पिंगट किरमिजी रंगाचा अंगरखा घालतात.

एकमेकांना भेटल्यावर सन्मानाचं, सदिच्छेचं चिन्ह म्हणून 'काता' म्हणजे स्कार्फ किंवा उत्तरीय देण्याची पद्धत तिबेटी समाजात आहे. 'काता' हे वस्त्र सद्भावना, पवित्रता आणि करुणा यांचं प्रतीक मानलं जातं. 'काता' हा रेशमी आणि पांढऱ्या रंगाचा असतो. देणाऱ्याच्या हृदयाची शुद्धता, निष्कपटता पांढऱ्या रंगातून सुचवली जाते.

जवाच्या लाह्यांच्या पिठापासून बनवलेला 'चाम्पा' हा पदार्थ तिबेटी लोकांचा एक मुख्य अन्नपदार्थ आहे. नूडल्स, मोमो नावाचा पदार्थ, याक, बकरी यांचे वाळवलेले मांस, बटाटे, एक विशिष्ट योघर्ट (दह्याचा प्रकार), लोणी, चीज, नूडल्स व भाज्या घातलेले सूप इत्यादी पदार्थ मुख्यत्वे खाल्ले जातात. मोहरीचा वापरही मोठ्या प्रमाणात केला जातो.

सामाजिकदृष्ट्या तिबेटी लोकांना सण - समारंभ, सार्वजनिक उत्सव यांची आवड असते. सणावारांवर किंवा सामाजिक गोष्टींवरही धर्माची छाप ठळकपणे जाणवते. लोसर (नव्या वर्षाचे स्वागत), मोनलाम हा प्रार्थना - उत्सव, लँटर्न सण, पिलग्रिम उत्सव, शाक्यमुनींची जयंती, हँगिंग ऑफ द थांग्का, इनसेन्स उत्सव, शो दून उत्सव (म्हणजे बुद्धाचे जे पहिले प्रवचन झाले त्याचा स्मृतिदिन), ओंगकार उत्सव (चांगल्या सुगीसाठी उत्सव), गोल्डन स्टार उत्सव (राग, लोभ अशा दुर्गुणांचा नाश व्हावा म्हणून साजरा करावयाचा सण), चोङ्खापा याचा स्मरणदिन, नववर्ष उत्सव, बॅनिशिंग एव्हिल स्पिरीट (जुन्या वर्षातील साऱ्या अनिष्ट गोष्टी पुसल्या

जाऊन चांगले नवे वर्ष यावे म्हणून हा उत्सव). यावेळी 'अ डेव्हिल डान्स' नावाचे नृत्यही सादर केले जाते. असे विविध उत्सव आहेत.

तिबेटी समाजाचे हे सर्वसाधारण चित्र. सध्या जे तिबेटी लोक तिबेटात आहेत त्यांच्यावर पूर्णतया चिन्यांची पकड आहे. साधारणपणे १, ११, १७० एवढे तिबेटी लोक विविध देशांमध्ये आश्रयार्थ राहत आहेत. आश्रयार्थ जायला म्हणून तिबेटातून निसटून गेलेला हा समाज भारत, नेपाळ, भूतान, स्वित्झर्लंड, युरोप, स्कँडिनेविया, अमेरिका, कॅनडा, जपान, तैवान, ऑस्ट्रेलिया व न्यूझीलंड येथे विखुरलेला आहे. भारतातील धरमशाला या ठिकाणाहून या सर्व लोकांसाठी मुख्य केंद्र म्हणून काम पाहिले जाते. हे जे 'गव्हर्नमेंट - इन - एक्साइल' आहे याचे प्रमुख दलाई लामा आहेत. दर पाच वर्षांनी निवडणुका होतात. सध्याच्या तिबेटी समाजात साक्षरतेचे प्रमाण साठ टक्के एवढे आहे. मिलिटरी, पोलीस हे विभाग या सरकारात नाहीत. ऐच्छिक वार्षिक कर, उद्योगधंद्यांमधून मिळणारा महसूल आणि देणग्या या तीन मार्गांनी आर्थिक निधी उभारला जातो. तिबेटी ध्वजावर एक पर्वत, हिम सिंह आणि सूर्याचे लाल व निळे किरण रेखांकित केलेले आहेत. एकंदर अर्थकारण हे कृषी, कृषिऔद्योगिकता, हस्तकला, छोटे उद्योग आणि गालिच्यांचे विणकाम यांवर अवलंबून आहे. कायदेशीर दर्जा म्हणायचा तर आता हे सरकार राज्यहीन आहे. काही थोड्याफार तिबेटी लोकांकडे विदेशी पारपत्रं आहेत; तर बहुतेकांकडे भारतातील नोंदणीची पत्रं आहेत.

तिबेटावर झालेले चीनचे सांस्कृतिक, सामाजिक अतिक्रमण फार शक्तिशाली आहे. तिबेटची पडझड अनेकदा हताशपणे पाहावी लागण्याचे विचित्र दुःख, तिथे अडकून पडलेल्या तसेच जगभर पांगलेल्या तिबेटी लोकांच्या कपाळी लिहिले गेले आहे.

तिबेटचा स्वातंत्र्य संघर्ष, पर्यावरण यांची परिस्थिती

तिबेटचं भवितव्य अजूनही धूसरचं आहे. चीनच्या अतिक्रमणामुळे तिबेटी जनतेचे मूलभूत मानवी हक्क हिरावले गेले. २,००० वर्षांचा तिबेटचा इतिहास नोंदवला गेला आहे. परंतु, काही उत्खननांतून सापडलेल्या पुराव्यांवरून तिबेटची संस्कृती ४,००० वर्षं इतकी मागे जाऊ शकते. तिबेटच्या भूमीची भौगोलिक वैशिष्ट्यं तसेच वंश, संस्कृती, भाषा, वेशभूषा आणि चालीरीती हे सारं लक्षात घेता तिबेट हे पूर्णपणे वेगळं, स्वतंत्र राष्ट्र आहे. तिबेटची एकूण संस्कृती धार्मिक मूल्यांवर आधारित आहे. तिबेटी लोकांना व्यक्तिस्वातंत्र्य, विचारांचं स्वातंत्र्य आणि स्वयंपूर्णता मिळणं हा मूलभूत मानवी हक्क आहे.

चिन्यांनी ज्या निर्घृण पद्धतीनं हजारो तिबेटी लोकांचा जो छळ केला त्या

संबंधात वाचून कुठलाही सहृदयी, विवेकी माणूस हळहळेल. असंख्य क्रूर पद्धतींचा चिन्यांनी अवलंब केला होता; त्यामुळे किती प्रचंड शारीरिक आणि मानसिक छळाला तिबेटी जनतेला सामोरं जावं लागलं असेल याची कल्पना येईल.

तिबेटच्या या लढ्यात पनछेन लामांनीही महत्त्वाची भूमिका बजावली. १९८९ मध्ये ते एक्कावन्न वर्षांचे असताना त्यांचा मृत्यू झाला. मृत्यूआधी एक आठवडा त्यांनी पुन्हा एकदा चिन्यांवर टीका केली होती. त्यामुळे एक अंदाज असाही आहे की, ते चिन्यांच्या अपेक्षेप्रमाणं त्यांच्या हातातलं बाहुलं होऊन राहिले नाहीत, त्यामुळे त्यांचा खून करण्यात आला असावा. तिबेटच्या अवघड काळात त्यांनी तिबेटी लोकांच्या हक्कासाठी लढा दिला. चौदाव्या दलाई लामांनी पनछेन लामांना श्रद्धांजली वाहताना म्हटलं, "पनछेन लामा यांनी सर्वात अवघड अशा काळात तिबेटी लोकांच्या हक्कासाठी लढा दिला. ते खरोखरीचे स्वातंत्र्य योद्धे होते. त्यांचा आकस्मिक मृत्यू हे आमचं मोठं नुकसान आहे. त्यामुळे मला तीव्र दुःख वाटते. पनछेन रिनपोछे यांचा पुनरावतार लवकर आणि अधिकृतपणे व्हावा यासाठी मी प्रार्थना करतो." ("The Panchen Rinpoche fought for the rights of the Tibetan people during the most difficult period. He was indeed a freedom fighter. His sudden demise is a great loss and I am deeply grieved. I pray for a quick and authentic reincarnation of the Panchen Rinpoche.")

पनछेन लामांनी उघडपणे तिबेटी जनतेला पाठिंबा दिला. चिन्यांनी त्यांना ही 'चूक' सुधारायला सांगितलं; पण त्यांनी जाहीररीत्या दलाई लामांना पाठिंबा दिला. नंतर त्यांना दहा वर्षे तुरुंगात टाकण्यात आलं. तिथं त्यांचा छळ करण्यात आला. १९८१ मध्ये त्यांची सुटका झाली. या दलाई लामांचं वैशिष्ट्य म्हणजे त्यांनी जाणीवपूर्वक तिबेटी भाषेचा वापर केला. चिन्यांनी या परंपरेला शह देण्यासाठी त्यांचा स्वत:चा एक पनछेन लामा निवडला; पण तिबेटी लोकांनी त्याला नाकारले. पनछेन लामांकडे राजकीय सत्ता भलेही नसो, पण त्यांना दलाई लामांच्या खालोखाल महत्त्व असतं. परंतु, तिबेटच्या स्वातंत्र्याचा प्रश्न तसाच पडलेला आहे.

तिबेटमधील पर्यावरणालाही झटका बसला आहे. तिथली जंगलं तोडली गेली आहेत. अनिर्बंध खाणकाम, पाण्याचं प्रदूषण आणि अणुऊर्जेच्या कचऱ्याची साठवणूक यामुळे गवताळ कुरणांवर परिणाम झाला आहे, रखरखीतपणा आला आहे. पूर, मातीची धूप, काही वन्य जीव नामशेष होणं, कडे कोसळणं हे सारं ओघानं आलंच. मुळात तिबेट निसर्गदृष्ट्या संपन्न होता आणि बौद्ध धर्माच्या प्रभावामुळं वन्य जीवन, पर्यावरण यांचं अनौपचारिक रीतीने आणि सहृदयतेनं संरक्षण होत होतं. तिबेटमध्ये असंख्य प्रकारच्या वनस्पती आहेत. परंपरागत औषध पद्धतींमध्ये वापरल्या जाणाऱ्या २००० इतक्या औषधी वनस्पती आहेत. ऱ्होडोडेनड्रॉन, सॅफ्रन, बॉटल ब्रश ट्री,

हाय माउंटन ऱ्हुबार्ब, हिमालयन अल्पाइन सेराड्रला, फाल्कनर ट्री, हेलेबोन्रे या काही तिथल्या महत्त्वाच्या वनस्पती होत. केवळ ऱ्होडोडेनड्रॉनच्या ४०० जाती तिबेटात आहेत.

पक्ष्यांबद्दल बोलायचं तर ५७ कुळांमधील ५३२ एवढ्या विविध प्रकारांचे पक्षी तिबेटात आहेत. स्टॉर्क, वाइल्ड स्वान, ब्लाइथस्, किंगफिशर, रेडस्टार्ट, फिंच, गीज, डक्स, शोअरबडर्स, रॅप्टरस्, ब्राऊनहेडेड जंगल फ्लायकॅचर, वॅगटेल, चिकाडी, वार्बलर, बियर्डेड व्हलचर, वूडपेकर, नटहॅच ब्लॅकनेक्ड क्रेन हे महत्त्वाचे पक्षी नोंदवले गेले आहेत. दुर्मीळ असे स्नो लेपर्ड, तिबेटन टकिन, हिमालयन ब्लॅक बेअर, वाइल्ड याक, ब्ल्यू शीप, मस्क डिअर, गोल्डन मंकी, वाइल्ड ॲस, तिबेटन गॅझेल, हिमालयन माऊस हेअर, ॲंटिलोप, जायंट पांडा आणि रेड पांडा हे महत्त्वाचे प्राणी होत.

१९४९-५० च्या वेळी चीनचे जे आक्रमण झाले तेव्हा अठरा महिन्यांत त्यांनी मध्य तिबेटातील ८७,००० तिबेटींना निर्घृणपणे मारले. माणसाच्या हत्येबरोबर त्यांनी 'ट्रॉफी हंटिंग' केले. फरसाठी स्नो लेपर्ड मारला, विकला. दुर्मिळ अशा तिबेटी ॲंटिलोपला मारण्यासाठी ३५,००० यू.एस. डॉलरचा तर अर्गली शीपला मारायला २३,००० यू.एस. डॉलर्सचा परवाना लागतो. चिनी औषधात हाडांचा वापर होतो, त्यामुळे चोरट्या शिकारीला प्रोत्साहन मिळतं. चीनच्या अतिक्रमणामुळे शेतीची दुर्दशा झाली. तिबेट संपूर्णतया व्यापण्यासाठी चीनची जी पद्धती आहे ती म्हणजे 'पॉप्युलेशन ट्रान्स्फर प्रोग्रॅम.' या धोरणानुसार असंख्य चिनी नागरिक आणि लष्करी सदस्य यांना तिबेटात आणून वसवलेलं आहे. हा सगळा उद्योग कशासाठी तर तिबेटी लोकांना त्यांच्या स्वत:च्या भूमीवरच 'अल्पसंख्याक' बनवण्यासाठी. पूर्ण तिबेटात साठ लाख तिबेटी तर ७५ लाख चिनी आहेत. अशा प्रकारानं आढावा घेतला तर इकोसाइड, जेनोसाइड असे अनेक गुन्हे चीनच्या नावावर जमा केले गेले आहेत.

पण, एकूणच हा सगळा इतिहास पाहिला की, आपल्याला भारताचं - आपल्या देशाचं महत्त्व जाणवतं. कारण आपण काही श्रीमंत देशांमध्ये मोडत नाही. पण तत्त्वज्ञान, संस्कृती, माणुसकी यामुळे आपल्या देशाची परंपरा निश्चितपणे मोठी आहे. तिबेटी समाजाला सावरायला आपण मदत केली, परमपावन दलाई लामांना खुल्या दिलानं इथं आनंदानं राहू दिलं, याला प्राचीन सांस्कृतिक संबंधाची पूर्वपीठिका आहे. भारताला स्वत:च्या आर्थिक, सामाजिक अडचणी काही कमी नाहीत. पण तरीही माणुसकीच्या, चांगुलपणाच्या दृष्टीनं भारतानं पाऊल उचललं आहे, याची पुरेपूर जाणीव तिबेटी लोकांना आहे. त्याबद्दल त्यांना कृतज्ञता आहे आणि आदरही आहे. आपल्यावर असलेल्या विशिष्ट मर्यादा पाळून भारतातील तिबेट सरकार तिबेटच्या स्वातंत्र्यासाठी जगात आंतरराष्ट्रीय जनमत तयार करण्याचे काम करीत आहे.

जगभरातील कायदेतज्ज्ञ व पंडितांचे स्पष्ट मत आहे की, १९११ पासून १९४९ मधील चीनच्या आक्रमणांपर्यंत तिबेट हा पूर्णपणे स्वतंत्र प्रांत होता. अगदी आधुनिक कसोट्यांवर तपासून पाहिले तरीही तिबेट स्वतंत्र होता ही वस्तुस्थिती साऱ्यांनी मान्य केली आहे. चीनच्या मुजोरीविरुद्ध अद्यापही तिबेटी जनतेचा संघर्ष चालू आहे. २००२ मध्ये दलाई लामांचे प्रतिनिधी व बीजिंग यांच्यात दशकानंतर किमान संवाद तरी घडून आला एवढे काय ते लहानसे सुचिन्ह मानावे लागेल.

परमपावन दलाई लामांचा सजिव श्री. थुबतेन समफेल तसंच नुकतेच निवृत्त झालेले त्यांचे सचिव श्री. तेनजिन गेशे टेठाँग यांच्याशी, तिबेटी लोकांची प्रातिनिधिक मतं काय स्वरूपाची असतात हे समजून घेण्यासाठी मी संवाद साधला. दोघांनीही खूप सरळ आणि स्पष्ट उत्तरं दिली.

संवाद १

परम आदरणीय दलाई लामा यांच्या धरमशाला येथील 'डिपार्टमेंट ऑफ इन्फरमेशन अ‍ॅण्ड इंटरनॅशनल रिलेशन्स' या विभागाचे सचिव श्री. थुबतेन समफेल यांना काही प्रश्न विचारले असता, त्यांनी अतिशय मोकळेपणाने उत्तरं दिली. भारताबद्दल 'बुद्धाची भूमी' म्हणून एकंदरीतच प्रत्येक तिबेटी माणसाच्या मनात आदराचं स्थान आहे.

प्रश्न : तिबेटचं भवितव्य काय असेल असं वाटत?

उत्तर : परमपावन दलाई लामा यांचा जो मध्यममार्गी दृष्टिकोन आहे, त्याला अनुसरून तिबेटचा प्रश्न सोडवला जावा अशी आमची प्रामाणिक अपेक्षा आहे. मध्यममार्गाच्या दृष्टिकोनानुसार (ज्याला त्यांनी 'मिडल वे अ‍ॅप्रोच' असा शब्द वापरला आहे.) तिबेटचं पूर्ण स्वातंत्र्य आता शोधता येणार नाही. पण मध्यम मार्गाच्या मतानुसार चीनच्या गणराज्याच्या अंतर्गतच तरी तिबेटी लोकांना त्यांची संस्कृती आणि वारसा जपता येईल, अशी आशा आहे.

प्रश्न : भारतात आश्रयाला असणाऱ्या तिबेटी लोकांच्या भारत सरकारबद्दलच्या भावना काय आहेत?

उत्तर : आम्हाला भारतात राहण्याची आणि काम करण्याची परवानगी देण्याचं औदार्य दाखवल्याबद्दल तिबेटी लोकांना भारत सरकार आणि भारतीय लोकांबद्दल विलक्षण कृतज्ञता वाटते. भारत सरकार आणि भारतीय लोकांच्या या उदारतेमुळे आणि मदतीचा हात पुढे केल्यामुळे आम्ही एक 'एकसंध समाज' म्हणून स्थिरावू शकलो, राहू शकलो आणि तिबेटी लोकांच्या पुढच्या पिढीला व्यवस्थित शिक्षणही देऊ शकलो.

प्रश्न : भारतातील तिबेटी समाजाचे योगदान काय आहे?

उत्तर : भारतातील तिबेटी समाजाचे मोठे योगदान माझ्या मते, त्यांनी पूर्णपणे स्वयंपूर्ण होण्यामधून उचललेला आहे. प्राचीन भारतातील ज्ञानावर, शहाणपणावरच आधारलेल्या आमच्या सांस्कृतिक वारशाची जपणूक करणं आम्ही भारतात राहिल्यामुळे हे शक्य झालं.

प्रश्न : भारत - चीन संबंध कसे असावेत असं तिबेटी लोकांना वाटतं?

उत्तर : भारत - चीन यांच्यातील संबंध सुधारतील अशी तिबेटी लोकांना आशा वाटते. आशियातील या दोन्हीही महासत्तांमधील संबंध सुधारणं हे एकंदरीत आशियातील शांती आणि समृद्धीसाठी चांगलं ठरेल असा आमचा विश्वास आहे. भारत आणि चीन यांच्यातील नाते सुधारल्यामुळे तिबेटचा प्रश्न सोडवण्यासाठी चीनमधील नेत्यांना अधिक आत्मविश्वास वाटेल.

संवाद २

श्री. तेनजिन गेशे टेठाँग हे परमपावन दलाई लामांचे सचिव आपल्या ४४ वर्षांच्या दीर्घ काळच्या सेवेतून निवृत्त झाले. अतिशय मृदुभाषी असलेल्या तेनजिनजी यांनीही मी विचारलेल्या प्रश्नांची उत्तरं आवर्जून दिली.

प्रश्न : तिबेटचं भवितव्य काय असेल?

उत्तर : याबद्दल काही अंदाज वर्तवणं कठीण आहे. आदरणीय दलाई लामांचा विश्वास आहे की, चीन हा जेव्हा अधिक मोकळा आणि अधिक लोकशाहीप्रधान होईल तेव्हाच तिबेटचा प्रश्न सोडवण्याची संधी चांगल्या तऱ्हेने मिळेल. हा विचार तर्कशुद्ध आहे.

मला व्यक्तिश: असं वाटतं की, तिबेटच्या प्रश्नावर झटपट उत्तरं मिळण्याची आपण अपेक्षा करू शकत नाही. अनेक तिबेटी लोकांनी तडजोड म्हणून जी स्वीकारली आहे - अशी दलाई लामांनी घेतलेली मध्यम मार्गाची जी भूमिका आहे - तिचा किमान विचार करायलाही चिनी तयार नाहीत. बीजिंगच्या नेतृत्वात कोणताही ठळक बदल दिसत नाही किंवा लोकशाहीच्या दृष्टीनं तसं काही मोकळेपण नाही आणि त्यांची आर्थिक परिस्थितीही मजबूत आहे. पण जर धीमेपणा दाखवला तर तिबेटचा प्रश्न हळूहळू विरून जाईल असं जर चिन्यांना वाटत असेल तर मात्र त्यांची चूक होते आहे. मला एक गोष्टीनं प्रोत्साहन मिळतं की, मागच्या पिढीतल्या लोकांपेक्षा अनेक निर्वासित तरुण तिबेटी माणसं तिबेटच्या कारणासाठी अधिक तळमळीनं आणि प्रभावीरीत्या काम करीत आहेत. चीनने व्यापलेल्या तिबेटमध्ये असंतोष, विरोध आहे आणि सध्या असलेल्या परिस्थितीबद्दल असमाधान आहे, ही वस्तुस्थिती आहे. जगातल्या विविध

भागांमध्ये वेळोवेळी हे दिसून आलेलं आहे की, लवकर असो किंवा उशिरा असो लोकांच्या ज्या खोल रुजलेल्या भावना असतात त्यांचाच विजय होतो.

प्रश्न : भारतात राहात असलेल्या तिबेटी लोकांच्या भारत सरकारबद्दल काय प्रतिक्रिया आहेत?

उत्तर : सर्वधारणपणे सर्वच तिबेटी लोकांना भारत सरकारबद्दल कृतज्ञता आहे. आश्रयार्थी म्हणून असलेल्या तिबेटी लोकांसाठी भारत जे काही करीत आहे त्याबद्दल त्यांना प्रचंड कृतज्ञता आणि आस्था, कौतुक आहेच आहे. भारत तिबेटसाठी जे करीत आहे ते इतर कुठलाही देश - अगदी अमेरिकादेखील करू शकत नाही आणि कधी करणारही नाही. उदाहरणच द्यायचं तर, स्वतंत्र तिबेटी शाळा आणि वसाहतींचं देता येईल. आमची ओळख, अस्तित्व, संस्कृती, जीवनाची पद्धती हे सारं आश्रयार्थी म्हणून जवळ-जवळ पन्नास वर्षं झाली तरी जपून, राखून ठेवता येणं शक्य झालं. तिबेटी लोकांचा हा कणाच आहे. पाश्चिमात्य देशांमध्ये हजारो तिबेटी राहावयास गेले पण तिथे कुठेच या गोष्टी नाहीत. स्वतंत्र तिबेटी शाळा आणि स्वतंत्र तिबेटी वसाहती करणं शक्य नाही आणि परवानगीही नाही. भारतातल्या लोकशाहीमुळे, धार्मिक विविधता आणि संस्कृती असलेल्या समाजामुळे हे सर्व करणं शक्य झालं.

प्रश्न : तिबेटी समाजाचं भारतासाठी योगदान काय?

उत्तर : मला असं वाटतं की, एका विशिष्ट मर्यादेपर्यंत बौद्ध धर्माबद्दल पुनरुत्साह निर्माण केला हे एक उल्लेखनीय योगदान आहे. किमान भारतीय विद्वान - संतांनी आणि तिबेटी विद्वान - उपासकांनी नालंदा परंपरेचा जो बौद्ध धर्म, जे तत्त्वज्ञान भारतातून तिबेटात नेले, तोच धर्म व तेच तत्त्वज्ञान पुन्हा भारतात आणले गेले आणि ते अनेक अर्थांनी सुरक्षित, शुद्ध स्वरूपात आणले गेले.

वर उल्लेख केलेल्या संदर्भात बोलायचं तर बौद्ध धर्म आमच्या देशात बहरला तेव्हापासून पिढ्यान्‌पिढ्या ज्या करुणेच्या तत्त्वानं प्रभावित झालेल्या होत्या, त्याच करुणेचं पालन अनेक तिबेटी लोक आपल्या दैनंदिन जीवनात करीत आहेत. एखादा माणूस बौद्ध धर्माचं गांभीर्यानं पालन करतो आहे की, नाही हा विचार बाजूला ठेवूनही, धर्मानं काही चांगल्या गोष्टी तिबेटी जीवनपद्धतीत बिंबवल्या आहेत आणि त्या तिबेटी समाजात व्यक्त होत राहतातच. मग हे तिबेटी भारतात राहात असोत किंवा जगात इतरत्र राहात असोत. मला असं वाटतं तिबेटी समाज जिथं जिथं विखरून राहात आहे, तिथं तिथं त्यांचं हे योगदान आहे.

तसंच तिबेटी लोक कष्टाळू आहेत आणि त्यांच्यात एकसंधता आहे. पण अर्थात जी जी माणसं विस्थापित झालेली असतात त्यांच्यामध्ये हे गुण दिसून येतातच.

प्रश्न : भारतीय माणसांबद्दल तिबेटी लोकांच्या भावना काय आहेत?

उत्तर : ज्यांना ज्ञान आहे, जे शिकले - सवरलेले आहेत त्यांना भारत सरकार आणि भारतीय माणसं यांच्याबद्दल अत्यंत कृतज्ञता आहे. आम्हाला हे ही जाणवतं की जगातील इतर राष्ट्रांनी तिबेटी लोकांना स्वतंत्र शाळा आणि स्वतंत्र वसाहत करून तिबेटी लोकांची पूर्वीची संस्कृती, जीवनपद्धती आणि इतरही अनेक गोष्टींची जपणूक करायची संधी कधीही दिली नसती. भारत सरकार आणि भारतीय लोक यांनी दाखवलेल्या औदार्याबद्दल, समजूतदारपणाबद्दल आणि सहानुभूतीबद्दल तिबेटी लोक कायमच ऋणी राहतील. 'तिबेटच्या प्रश्नावर' एकूणच नैतिकदृष्ट्या अजून ठोस भूमिका घेतली जावी. याला कारण केवळ, शतकानुशतकांचे जुने असे भारत - तिबेट देशांमधले आनंददायी सांस्कृतिक आणि प्राचीन, धार्मिक संबंध आहेत एवढेच नव्हे तर चीनविषयी विश्वासार्हता नाही. दोन प्राचीन महासत्तांमधील आघातप्रतिबंधक राज्य म्हणून तिबेट असणं हे भारताच्या दृष्टीनही सगळ्यात महत्त्वाचं आहे. अर्थात हे सारं अगदी थोडक्यात सांगणं झालं. या विषयावर मला खात्री आहे की बरंच काही बोलता येऊ शकेल.

संदर्भ ग्रंथ -

१. 'तिबेटन फोक टेल्स', फ्रेडरिक अँड ऑड्री, हाइड - चेम्बर्स; २००२; शंभाला, साऊथ एशिया एडिशन्स, बोस्टन, पृष्ठ क्र. ४

२. 'तिबेटन फोक टेल्स', फ्रेडरिक अँड ऑड्री हाइड - चेम्बर्स; २००२; शंभाला, साऊथ एशिया एडिशन्स, बोस्टन, पृष्ठ क्र. ९४ - ९५.

३. 'माय लँड अँड माय पीपल' परमपावन दलाई लामा; पुनर्मुद्रण १९९९, सृष्टी पब्लिशर्स; दिल्ली.

४. 'विंग्ज ऑफ व्हाइट क्रेन' (६ व्या दलाई लामांच्या कविता) अनुवाद - जी. डब्ल्यू ह्यूस्टन; १९८२ मोतीलाल बनारसीदास; दिल्ली.

५. 'भारतीय संस्कृति कोश', पं. महादेवशास्त्री जोशी; पुनर्मुद्रण १९८८; भारतीय संस्कृती कोश मंडळ, पुणे. खंड ४, पृष्ठ ९९ ते ११०

६. 'मराठी विश्वकोश' तर्कतीर्थ श्री. लक्ष्मणशास्त्री जोशी - प्रमुख संपादक; १९७७; महाराष्ट्र राज्य साहित्य संस्कृती मंडळ; मुंबई खंड ७, पृ. ३५३.

७. तिबेटच्या 'गव्हर्नमेंट इन एक्साइल' धरमशाला यांच्या अधिकृत संकेत स्थळावरील माहितीचा आधार घेण्यात आला आहे.

☐

तिबेटबाबत परमपावन दलाई लामा यांची भूमिका

श्री. तेनझिन गेशे टेठाँग

———

१९७० च्या मध्यावर असताना दलाई लामा या निष्कर्षाप्रत आले आहेत की, तिबेटची समस्या सोडवण्यासाठी आपण थेट चिनी सत्तेबरोबर चर्चा करणे गरजेचे आहे. तिबेटी नेतृत्वाला हे लक्षात आलेले आहे की, चिनी आणि तिबेटी या दोहोंनाही मान्य होईल आणि फायदेशीर ठरेल असा व्यावहारिक प्रस्ताव आपल्याला सादर केला पाहिजे; अशा पद्धतीने दलाई लामा आणि तिबेटी नेतृत्व 'मध्यम मार्ग' या भूमिकेप्रत आले. अनेक तिबेटी लोक या प्रस्तावाला अनुकूल नव्हते. या प्रस्तावात फारच गोष्टी मान्य करण्यात आलेल्या आहेत, असे त्यांना वाटत होते. प्रस्तावाला जोरदार विरोध करणारे लोक होते, अशी परिस्थिती असूनसुद्धा हद्दपारीतील तिबेटी नेतृत्वाने प्रामाणिकपणे या प्रस्तावाचा पाठपुरावा केला. म्हणून, १९७९ साली डेंग झियाओ पिंग यांनी म्हटले की, तिबेट समस्येबाबत स्वातंत्र्य हा मुद्दा वगळून अन्य कोणतीही चर्चा होऊ शकेल, असे जेव्हा म्हटले, तेव्हा आम्ही आमच्या बाजूने तयार होतो. तेव्हापासून चिनी अधिकाऱ्यांबरोबर थेट संपर्क सुरू झाला. परंतु, गेल्या पंचवीस वर्षांच्या अवधीत अनेक भेटी आणि असंख्य चर्चा होऊनसुद्धा, एवढ्या दीर्घ प्रयत्नांमधून काहीही निष्पन्न होऊ शकलेले नाही. चिनी सत्तेबरोबर आमचे जे संपर्क घडत आहेत त्याबद्दल नुकत्याच गेल्या काही महिन्यांपूर्वी दलाई लामांनी त्यांची निराशा व्यक्त केली.

दलाई लामांचे योगदान

हद्दपार झालेल्यांचे पुनर्वसन या विषयाकडे येण्याआधी परमपावन दलाई लामा यांनी भारतात राहात असताना जे वैशिष्ट्यपूर्ण योगदान दिले, त्यातील काही महत्त्वाचे मुद्दे मला सांगावेसे वाटतात.

१) हद्दपार होऊन दलाई लामा भारतात आले तेव्हा जरी ते फक्त पंचवीस वर्षांचे होते, तरी त्यांच्यातली दूरदृष्टी मोठी होती. त्यामुळे त्यांनी ताबडतोब लहान मुलांचे शिक्षण आणि कुटुंबांचे पुनर्वसन यासाठी तरतूद करण्याचे काम लगेच सुरू केले. मला अगदी स्पष्टपणे आठवतं की, दलाई लामांबरोबर हद्दपार होऊन जे अनेक वरिष्ठ तिबेटी अधिकारी आले होते, त्यांना असं

वाटत होतं की जेमतेम तीन वर्षांच्या आत, किंवा फार तर फार चार वर्षांच्या आतच आपण तिबेटमध्ये परत जाऊ शकू!

२) पूर्वीच्या तिबेटमध्ये धर्म या गोष्टीला प्रचंड महत्त्व होते आणि प्रत्येक बाबतीत धर्माचे वर्चस्व असे. त्यामुळे त्यावेळच्या खडतर काळात मठ स्थापन करण्याऐवजी, शाळा स्थापन करण्याकडे अग्रक्रमाने लक्ष देणे, हे परिवर्तन म्हणजे परंपरेपासून धिटाईनं दूर जाणं होतं.

३) निर्वासित म्हणून आलेल्या तिबेटी समाजासाठी आणि भविष्यातील सर्व तिबेटींसाठी असलेलं दलाई लामांचं दुसरं अतिशय महत्त्वाचं योगदान म्हणजे, 'लोकशाही पद्धतीची ओळख आणि तिला प्रोत्साहन,' हे होय. १९६० मध्ये म्हणजे भारतात आल्यानंतर वर्षभरातच तिबेटी लोकांचे प्रतिनिधी निवडले गेले आणि हद्दपारीतील आमचं जे व्यवस्थापन होतं, त्यात या प्रतिनिधींना मत मांडायचा हक्क देण्यात आला. १९६३ मध्ये तिबेटसाठी लोकशाही प्रधान अशा भविष्यातील घटनेचा जेव्हा पुरस्कार केला तेव्हा तिबेटी वसाहतींमधील अनेक ज्येष्ठ तिबेटी सदस्यांना, हे पाऊल म्हणजे, 'दलाई लामांच्या अधिकारास धोका आहे,' असंच वाटून गेलं. यावर त्यांनी तीव्र मते व्यक्त केली. परंतु, दलाई लामा ठाम होते आणि त्यांनी तिबेटबाहेर पडलेल्या तिबेटी समाजाचे लोकशाहीकरण चालू ठेवले. १९८० मध्ये तर त्यांनी लोकशाहीकडे अधिक हक्क देण्याबाबत मत मांडले. जेव्हा तिबेटी जनतेकडून याला विरोध झाला, तेव्हा दलाई लामा म्हणाले की, ''जर सारी सत्ता माझ्या स्वतःच्या हाती राहिली आणि जनताही जर मला बिनचूक, खात्रीशीर मानत राहिली तर मग या पद्धतीत आणि चीनमधील साम्यवादी पक्षात काहीच फरक नाही; असेच म्हणावे लागेल.''

'तिबेटन पीपल्स डेप्युटीज्' मध्ये ४६ एवढ्या संख्येनं निवडलेले सदस्य असतात. आमची स्वतंत्र तिबेटी न्याय यंत्रणाही आहे आणि तिला 'तिबेटन सुप्रीम जस्टीस कमिशन' असे म्हटले जाते. निर्वासित असलेल्या तिबेटी समाजासाठी ही सर्वोच्च न्यायव्यवस्था आहे. ११ मार्च, १९९२ या दिवशी 'सेंट्रल तिबेटन ॲडमिनिस्ट्रेशन' (CTA), धरमशाला येथे ही न्यायव्यवस्था मांडली गेली.

४) दलाई लामांची आणखी एक चांगली कृती म्हणजे गेल्या पंचवीस वर्षांपेक्षाही अधिक काळापासून ते सतत तिबेटी बौद्ध धर्म आणि विज्ञान यांच्यात चर्चा करत राहिलेले आहेत. त्यामुळे अनेक गंभीर प्रकृतीच्या विख्यात वैज्ञानिकांना महायान बौद्ध तत्त्वज्ञानाबद्दल रुची आणि आदर वाटू लागला आहे.

५) आमच्या स्वातंत्र्य संघर्षातील अहिंसावादी असा स्थिर दृष्टिकोन आणि चिनी

लोकांपर्यंत पोहोचण्याचे प्रामाणिक प्रयत्न, यामुळे तिबेटी आणि चिनी जनतेत सामंजस्याचे पूल निर्माण झाले आहेत. यातली महत्त्वाची वस्तुस्थिती अशी आहे की दलाई लामा अहिंसेचा पुरस्कार १९५९ पासूनच करत आले आहेत. तिबेटमध्ये जे त्यांना भोगायला लागलं त्याचा याला अडथळा झाला नाही. १९८० च्या मध्यानंतर अभ्यास करण्यासाठी आणि व्यक्तिश: दलाई लामांना भेटण्यासाठी हजारो चिनी लोक प्रवास करून आले. दलाई लामांचे विदेशात तसेच भारतात दौरे चालतात. जगभराच्या लोकांशी बोलत असताना दलाई लामांचा जो संदेश असतो, त्यातला महत्त्वाचा भाग म्हणजे 'अहिंसा' हा असतो. आमच्या स्वत:च्या स्वातंत्र्यलढ्यात त्यांनी अहिंसेचे आचरण केले; त्यामुळे हे काही पोकळ शब्द नव्हेत.

६) तिबेटी बौद्ध धर्माकरिता दलाई लामांचे आणखी एक महत्त्वाचे पण लोकांना फारसे परिचित नसलेले योगदान म्हणजे त्यांनी स्त्री भिक्खूणींच्या मठात गंभीर, गहन अशा बौद्ध अध्ययनाची ओळख, सुरुवात करून दिली. पूर्वीच्या तिबेटमध्ये असे अध्ययन बहुतांशी अस्तित्वातच नव्हते.

सारांश सांगताना

हळूहळू वर्षं उलटत गेली. तिबेटबाहेर गेलेल्या, सर्वत्र विखुरलेल्या तिबेटी समाजाची स्थिती बऱ्यापैकी सुधारली, तसं या लहानशा पण अतीव कृतज्ञता मनात बाळगणाऱ्या समाजानं आणि दलाई लामा यांनी विविध मार्गांनी आमच्या या यजमान देशातही - भारतातही सकारात्मक योगदान दिले आहे.

आंतर - धर्मीय सामंजस्यात वाढ व्हावी, यात दलाई लामांना अतिशय रस असतो. आपल्या जगभरच्या दौऱ्यांमध्ये ते या सामंजस्याच्या भूमिकेचा पुरस्कार करत असतात आणि जेव्हा विशेषत: भारतात धार्मिक असहिष्णुतेमुळे आततायी कृती घडतात तेव्हा तेव्हा त्यांना मनापासून दु:ख होते. ते समंजस दृष्टिकोनासाठी प्रयत्न करत राहतात.

दलाई लामा आणि भारतातील आश्रित तिबेटी समाज यांनी बौद्ध धर्माचे - खास करून तिबेटी बौद्ध परंपरेचे पुनरुज्जीवन केले. बौद्ध धर्माच्या अनुयायांसाठी ते महत्त्वाचे आहे; हा परिणाम दूरवर पोहोचणारा आणि गहन आहे. पूर्वीच्या काळात, मंगोलिया, कल्मिकिया, बुरिया आणि अर्जिन्सिकी रशियन गणराज्ये त्याचप्रमाणे लडाख, किन्नौर, स्पिती, सिक्कीम आणि अरुणाचल हे जे भारताच्या उत्तरेचे भाग आहेत, तेथील तिबेटी बौद्ध परंपरेचे विद्यार्थी हे बौद्ध धर्म शिकायला तिबेटमध्ये येत असत. आज असे विद्यार्थी भारतातील आमच्या भिक्खू संघांमध्ये येतात. जगभरातील विद्यार्थीसुद्धा आमच्या अन्य धार्मिक केंद्रांमध्ये शिकवण्यासाठी म्हणून येतात.

विविध ठिकाणच्या तिबेटी वसाहतींनी, विशेषत: धरमशाला येथील वसाहतीने, जगातील पाहुण्यांचे लक्ष वेधून घेतले; त्यामुळे लहानशा प्रमाणात का होईना, या भागातील पर्यटन वाढण्यात भर पडली.

भारतात जे तिबेटी राहात आहेत आणि भारतानं तिबेटींसाठी जी मानवता दाखवली आहे, त्यानं 'मानवी सन्मानाची आणि स्वातंत्र्याची मूल्ये' जपणारा देश म्हणून भारताची प्रतिमा निश्चितच उंचावली आहे. दलाई लामा हे जणू भारताचेही वैशिष्ट्यपूर्ण 'राजदूत' आहेत. भारतातील गहन, मौलिक आणि समृद्ध असे बौद्ध तत्त्वज्ञान असो, येथील भक्कम आणि सुस्थित झालेली लोकशाही असो किंवा आशिया तसंच उर्वरित जगामधलं भारताचं महत्त्व असो - या साऱ्यांबद्दल दलाई लामा प्रकर्षानं बोलतात. पश्चिमेतील आणि खास करून अमेरिकेच्या संयुक्त संस्थानांमधील नेत्यांशी बोलताना, 'भारतातील सुस्थिर लोकशाही आणि जगाच्या पटावरील भारताचे महत्त्व' या बाबींकडे लक्ष देऊन उचित ती मान्यता दिली जाण्याचे महत्त्व, यावर परमपावन दलाई लामा पुन्हा पुन्हा भर देऊन बोलत असतात.

□

संदर्भ ग्रंथ

(१) 'ऑल यू एव्हर वाँटेड टू नो फ्रॉम हिज होलीनेस द दलाई लामा ऑन हॅपिनेस, लाइफ, लिव्हिंग अँड मच मोअर -'
कॉन्व्हरसेशन्स वुईथ राजीव मेहरोत्रा.
हे हाऊस इंडिया, इंडिया, न्यू दिल्ली.
पहिली भारतीय आवृत्ती २००९. (पृष्ठ १९५-२०० आणि २०१-२०६.)

(२) 'अंडरस्टॅंडींग द दलाई लामा' - संपादक राजीव मेहरोत्रा.
व्हायकिंग; पेंग्विन ग्रुप तर्फे प्रकाशित; न्यू दिल्ली, २००४.
(पृष्ठ १८२-१९१ आणि २३४).

(३) 'हिज होलीनेस द फोर्टिंथ दलाई लामा ऑन एनव्हायरमेंट.' एनव्हायरमेंट अँड डेव्हलमेंट डेस्क; डिपार्टमेंट ऑफ इन्फर्मेशन अँड इंटरनॅशनल रिलेशन्स; सेन्ट्रल तिबेटन ॲडमिनिस्ट्रेशन; धरमशाला; भारत; २००४.
(पृष्ठ ५५-६०)

(४) 'भगीरथ पुत्र' : बाबा आमटे : डॉ. धैर्यशील बाबुराव शिरोळे; स्नेहवर्धन प्रकाशन; पुणे; द्वितीयावृत्ती २००६. (पृष्ठ १४४-१४७)

□

लेखक परिचय

(१) श्री. तेनझिन गेशे टेठाँग

परमपावन दलाई लामा यांचे सचिव म्हणून चव्वेचाळीस वर्षे एवढा दीर्घकाळ काम. आता निवृत्त झाले आहेत.

(२) श्री. राजीव मेहरोत्रा

दूरदर्शनवर तीस वर्षे मुलाखतकार, संवादक म्हणून काम केले. दिल्ली, ऑक्सफर्ड आणि कोलंबिया येथे शिक्षण; परमपावन दलाई लामा यांच्या 'फाउंडेशन फॉर युनिव्हर्सल रिस्पॉन्सिबिलीटी' या संस्थेचे सध्या सचिव व विश्वस्त; 'टेंपलटन प्राइज फॉर स्पिरीच्युअॅलिटी' यासाठी परीक्षक, 'नोर्बुलिंगका इन्स्टिटयूट ऑफ तिबेटन कल्चर' या संस्थेचे विश्वस्त; त्याचप्रमाणे श्री. अरविंद सोसायटी आणि 'फिल्म अँड टेलिव्हिजन इन्स्टिटयूट ऑफ इंडिया' या संस्थांशी संबधित महत्त्वाच्या पदांवर काम केले; यांनी केलेल्या माहितीपटांना अनेक देशी-विदेशी पुरस्कारांनी सन्मान प्राप्त.

(३) डॉ. योसी लेशेम

इस्रायलमधील ज्येष्ठ पर्यावरणवादी कार्यकर्ते; 'सोसायटी फॉर प्रोटेक्शन ऑफ नेचर' या इस्रायलमधील संस्थेचे सक्रिय सभासद.

(४) डॉ. धैर्यशील शिरोळे

पुण्यातील ज्येष्ठ व प्रख्यात बालरोगतज्ज्ञ. इतिहास, भूगोल, पुरातत्त्वविद्या, पुरातन लेण्या, मंदिरे, संस्कृत अभिजात वाङ्मय, प्रवास वर्णन यात रस. निवृत्तीनंतर श्री. बाबा आमटे यांच्या सेवाकार्यात वैद्यकीय सहभाग. मेळघाट, धडगाव, दंडकारण्य, निलगिरीतील आदिवासी जीवनाशी निकटचा परिचय.

(५) डॉ. डेनीज एम्. ग्लोव्हर

मानवशास्त्र या विषयात पीएच. डी., युनिव्हर्सिटी ऑफ हवाई येथे 'एशियन स्टडीज' (आशियाई अभ्यास केंद्र) येथे अध्ययन; युन्नान विभागात तिबेटी औषधपद्धतीच्या डॉक्टरांसह औषधी वनस्पतींवर अभ्यास; सध्या टाकोमा व वॉशिंग्टन येथील युनिव्हर्सिटी ऑफ प्युजे साउंड या ठिकाणी प्रोफेसर म्हणून कार्यरत.

(६) श्री. दलीप मेहता

भारतीय परराष्ट्र खात्यात २००२ पर्यंत कार्यरत. मध्य आशियासाठी ताश्कंद आणि भूतान स्थित कार्यालयात राजदूत म्हणून काम; 'फॉरेन सर्व्हिस इन्स्टिट्यूट', नवी दिल्ली येथे प्रमुख पद भूषविले; सध्या 'फाउंडेशन फॉर युनिव्हर्सल रिस्पॉन्सिबिलिटी' संस्थेचे विश्वस्त.

(७) डॉ. सतीश पांडे

इंटरव्हेंशनल रेडिऑलॉजिस्ट, असोसिएट प्रोफेसर, पदव्युत्तर मार्गदर्शक तसेच पक्षितज्ज्ञ म्हणून प्रख्यात; 'इला फाउंडेशन,' पुणे या निसर्ग संरक्षण संवर्धन विषयक उपक्रम व प्रकाशने करणाऱ्या संस्थेचे संस्थापक संचालक; आजपर्यंत अनेक पुस्तके प्रकाशित.

(८) श्री. यू. आर. अनंतमूर्ती

प्रख्यात भारतीय कवी व कन्नड कादंबरीकार; कार्यकर्ते व शिक्षणतज्ज्ञ; साहित्य अकादमी, नवी दिल्ली येथे अध्यक्ष पद विभूषित; 'फिल्म अँड टेलिव्हिजन इन्स्टिट्यूट ऑफ इंडिया', पुणे येथील भूतपूर्व अध्यक्ष.

(९) डॉ. सुरुची पांडे

वैद्यकीय नीतिशास्त्र आणि संस्कृत-पक्षिशास्त्र हा आंतरशाखीय विषय, अशा दोन विषयांत पी.एच. डी.; 'इला फाउंडेशन', पुणे या संस्थेची विश्वस्त; आजपर्यंत तेवीस पुस्तके प्रकाशित; रामकृष्ण मठ, पुणे या संस्थेच्या उपक्रमांमध्ये सातत्याने सहभाग; 'रामकृष्ण मिशन इन्स्टिट्यूट ऑफ कल्चर', कोलकाता या संस्थेची शिष्यवृत्ती प्राप्त.

☐